மரிக்கொழுந்து
கற்பகம்
அழகம்மாள்

மற்றும் சில மதுரைப் பெண்கள்

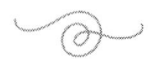

தீபா நாகராணி

HER Stories

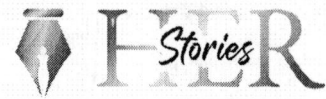

மரிக்கொழுந்து
கற்பகம்
அழகம்மாள்
மற்றும் சில
மதுரைப் பெண்கள்

சிறுகதைத் தொகுப்பு

தீபா நாகராணி

Marikolunthu Karpagam Alagammal

Matrum Sila Madurai Pengal

© Deepa Nagarani

ஹெர் ஸ்டோரிஸ் ஆசிரியர்கள்

நிவேதிதா லூயிஸ், சஹானா & வள்ளிதாசன்

வெளியீடு

ஹெர் ஸ்டோரீஸ்

15, மகாலக்ஷ்மி அபார்ட்மெண்ட்ஸ், 1, ராக்கியப்பா தெரு, சென்னை-600004

+91 7550098666 strong@herstories.xyz www.herstories.xyz

நூல் வடிவமைப்பு

UK Designs உதயா

பின் அட்டை புகைப்படம்

செல்வம் ராமசாமி, மதுரை

அச்சாக்கம்

கிராபிக் நெட்வொர்க், சென்னை +91 9840969757

HS books # 0007 | Her Stories Literature # 0001

முதல் பதிப்பு

2022 செப்டம்பர்

₹ 150

வணக்கம்!

அந்தா இந்தாவென போக்குக் காட்டிக்கொண்டே இருந்து ஒரு வழியாக முதல் சிறுகதைத் தொகுப்பை வெளியிடும் சூழல் வாய்த்திருக்கிறது. முதல் சிறுகதை வெளிவந்து ஏழு வருடங்கள் இருக்கும். மிதமான வேகத்தில் விழும் அருவியின் கீழ் நின்று பெறும் இதமான குளிர்நீருக்கு ஒப்பான மனநிலை.

நினைவு தெரிந்த நாளில் இருந்தே எங்கள் தாத்தாவைக் கடும் உழைப்பாளியாக பார்த்திருக்கிறேன். காவல் துறையில் பணிபுரிந்து ஓய்வு பெற்றவர். சதா எதையாவது சுத்தப்படுத்த, குடிநீர் சேந்த, தனது உடுப்புகளைத் துவைக்க, தான் இருக்கும் இடத்திலுள்ள பொருட்களைச் சரிப்படுத்த எனப் பரபரப்பாகவே இருப்பார். ஓய்வுநேரம் என்பது அவருக்கு புத்தகங்கள் வாசிப்பதுதான். நூலகத்திலிருந்து எடுத்து வரப்பட்ட புத்தகத்தைக் கூர்மையாக மணிக்கணக்கில் வாசிப்பார். அப்படி என்ன இருக்கிறது என்கிற ஆர்வத்தில் புத்தகத்தை எடுத்துப் பார்க்க, ஒரு படமும் வரையப்படாமல் இருந்த புத்தகம், அந்த வயதில் ஏமாற்றத்தையே அளித்தது. அதே நேரம் படம் வரையப்பட்டு எழுதியிருந்த புத்தகங்கள் ஈர்த்தன. அப்படித்தான் வாசிப்பு எனக்குள் வந்தது.

பால்யத்தில் விரும்பிச் செலவளிக்கும் நேரமாக புத்தக வாசிப்பு இருந்தது. அது கொடுக்கும் கற்பனை உலகம் மனம் கொள்ளா மகிழ்வைக் கொடுக்கும். இவர்தான் பிடித்த எழுத்தாளர் என இல்லாமல் கதை, கட்டுரை என வாசிக்கக் கிடைத்ததையெல்லாம் வாசித்திருக்கிறேன். கல்லூரிக்குப் பின்னான காலகட்டத்திலும் வாசிக்கப் பிடித்து இருந்தது. பதினைந்து வருடங்களுக்கு முன் ஆர்குட் வந்தபோது தமிழில் தட்டச்சு செய்தவற்றை கணினியில் வாசிக்க ஆசையாக இருக்கும். அதன்பின் ஃபேஸ்புக். அங்குதான் முதலில் இரண்டு வரிகளில் தட்டச்சு செய்து பதிவிட்டேன். அங்கு கிடைத்த வரவேற்பு கூடுதல் வரிகளை எழுதச் செய்தது. கட்டுரை வடிவில் எழுதியவை 'வண்ணக்கதிர்' உள்ளிட்ட

இதழ்களில் வெளிவர ஆரம்பித்தன. தொடர்ச்சியாக 'குங்குமம் தோழி'யில் 'ஊஞ்சல்' என்ற தலைப்பில் ஒரு வருடம் பத்தி எழுதியது என்னளவில் பெரிய விஷயம்.

மதுரை 'கூழாங்கற்கள்' இலக்கிய அமைப்பின் சார்பில் நடக்கும் கூட்டங்களில் தொகுப்பு உரை பொதுவாக எனதாகவே இருக்கும். அந்த நேரங்களில் புத்தகங்களைப் பற்றி யார் பேசவிருந்தாலும் அவற்றையெல்லாம் நிகழ்ச்சிக்கு முன்பே முழுமையாகப் படித்து விடுவேன். தொடர்ச்சியாகக் கேட்ட உரைகளும், வாசித்த எழுத்துகளும் சிறுகதை எழுத உந்தின. கதை எழுதும்போது தொற்றும் மெலிதான அச்சம் இப்போது வரை உள்ளது. நடந்து கொண்டிருக்கிற இந்த பாதை, நான் மதிக்கும் பல ஜாம்பவான்கள் உலா போனது. அதுவே தொகுப்பாகக் கொண்டுவர உள்ளே இருந்த நீண்ட நாள் தயக்கத்துக்குக் காரணம். ஒரு வழியாகத் திரட்டிய துணிச்சலோடு முதல் நூலை வெளியிடுகிறேன். இதுவரை வெளிவந்த கதைகளில் எனக்குப் பிடித்த ஒரு சிலவற்றோடு, வெளிவராத பல கதைகளையும் தொகுத்து நூலாக ஆக்கியிருக்கிறேன்.

பெண்களே மையப் பாத்திரங்களாக உள்ள கதைகளில் எங்கோ நான் கடந்து வந்த மனுஷிகளே உலவுகின்றனர். அவர்களின் உணர்வுகளைச் சொல்ல முயன்று இருக்கிறேன். வாசித்துப் பாருங்கள், உங்களுக்கும் தெரிந்தவர்களாக அவர்கள் இருக்கலாம்.

எதிர்பாராத சின்ன ஏமாற்றம், தெரிந்தவர்களின் உம்மென்ற முகம், பதிலுக்குக் கிடைக்காத புன்னகை... முள் கீறலாக நம் முழு நாளைச் சுணங்கிப் போகச் செய்கிறது என்றால், அந்த அளவு மலர்களால் நிரம்பியிருக்கிறது நம் வனம். நிச்சயமாக என் வனத்துக்கு நன்றி சொல்லியே தீர வேண்டும்.

எனது சிறுகதைகளை வெளியிட்ட மேடை, தமிழின் அமுதம், ஜன்னல், அந்திமழை, ஃபெமினா, கல்கி, அவள் விகடன், செம்மலர், ஆனந்த விகடன், வாசகசாலை இணையதள இதழ் உள்ளிட்டவைக்கு நன்றி.

முதன்முதலில் கட்டுரை எழுத ஆர்வமூட்டிய எழுத்தாளர் ஈரோடு கதிருக்கு நன்றி. அந்த காலகட்டத்தில் தீக்கதிரின் முன்னாள் ஆசிரியர் குமரேசன் அசாக்கின் வழிகாட்டுதல் குறிப்பிடத்தக்கது. பேசும்போதெல்லாம் இப்போது என்ன எழுதி இருக்கிறேன் எனக் கேட்பதை வழக்கமாகக் கொண்டுள்ள அவரின் உத்வேகமூட்டும்

வார்த்தைகளே தொடர்ந்து எழுத வைத்தன. அவர் வசிக்கும் திசையை நோக்கி கைகூப்பி வணங்குகிறேன்.

சிறுகதையின் வடிவம், நடை குறித்து அவ்வப்போது பேசி சீர் செய்ய உதவிய எழுத்தாளர் என்.ஸ்ரீராம்-க்கு உள்ளம் நிரம்பிய நன்றி.

சென்னைக் குரலின் ஆசிரியரான கார்த்திகை நிலவன் வெளிவந்த கதையை வாசித்து அதில் திருத்தங்கள் சொல்வதைப் போலவே உற்சாகமூட்டும் வார்த்தைகளால் பாராட்டவும் செய்வார். அவருக்கு மனம் கனிந்த நன்றி.

முப்பதுக்கும் மேற்பட்டு எழுதி இருந்த சிறுகதைகளில் பாதியை மட்டும் தெரிவுசெய்ய உதவிய சென்னை கே.ரவிஷங்கர் அவர்களுக்கு மனமார்ந்த நன்றி.

அழகான அணிந்துரை வழங்கியிருக்கும் தமிழ்நாடு முற்போக்கு எழுத்தாளர்கள் கலைஞர்கள் சங்கத்தின் முன்னாள் மதிப்புறு தலைவர் ச.தமிழ்ச்செல்வனுக்கு நெஞ்சம் நிறைந்த நன்றி.

சிறுகதைத் தொகுப்பு வெளிவர வேண்டும் என்பதில் என்னைவிட அதிக ஆர்வம் கொண்டு, அவ்வப்போது நினைவூட்டிக் கொண்டே இருந்த என் நலம் விரும்பிகளான டாக்டர் நல்லினி அருள், கவிஞர் ஸ்ரீதர் பாரதி, கவிஞர் சக்தி செல்வி, நெடுஞ்சாலைத்துறை உதவிக் கோட்டப் பொறியாளர் ஹரிஷ்குமார் பாண்டியன், கவிஞர் சென்றாயன் ராமதாஸ், ஆவணப்பட இயக்குனர் அமீர் அப்பாஸ் ஆகியோருக்கு மனம் நிறைந்த அன்பு.

எழுத்து, பேச்சு என சுழல்கிற திசைகளில் எதிர்படுகையில் பாராட்டி தொடர்ந்து முன் நகர காரணமாக இருக்கும் திரைப்பட இயக்குனர் அரவிந்த் யுவராஜ், எழுத்தாளர் பழனிக்குமார், எழுத்தாளர் ஆத்மார்த்தி, உதவிப் பேராசிரியர் கவிதா சந்திரபோஸ் ஆகியோருக்கு என் நெகிழ்வான பிரியம்.

தொடர்ந்து ஏறுகிற படிகளில் மலர்ச்சியுடன் இருக்கிறேனா என்பதை சோதித்தபடி என்றும் பக்கபலமாக இருக்கும் கவிஞர் கடங்கநேரியானுக்கு என்றென்றும் என் அன்பு.

பெரிதாக ஆர்வம் காட்டாமல் போக்குக் காட்டிக்கொண்டே இருந்த என்னை எழுதச் செய்து தொகுத்துப் புத்தகமாக வெளியிடும்

ஹெர் ஸ்டோரீஸ் வள்ளிதாசன் அவர்களுக்கு அன்பு நிறைந்த நன்றி.

கதை, கட்டுரை என எழுதியவை வெளிவரும்போதெல்லாம் கிட்டத்தட்ட தன்னுடைய படைப்பு வெளிவந்ததைப் போல அதைப் பாராட்டிப் பகிரும் ஸ்ரீவில்லிபுத்தூரைச் சேர்ந்த ரத்னவேல் அப்பா, இந்த பத்து வருடங்களில் என்னை சோர்ந்து போகவிடாமல் எழுதவும் பேசவும் வைக்கிறவர். அவருக்கு எத்தனை நன்றி சொன்னாலும் போதாது.

பிறந்த வீட்டிலும் சரி... புகுந்த வீட்டிலும் சரி, குடும்ப உறுப்பினர்கள் ஒவ்வொருவருமே என் வளர்ச்சியைப் பார்த்து மகிழ்பவர்களாக வாய்த்தது கொடுப்பினை.

என் மனம் விரும்பியது போல உயரப் பறக்க இரு இறக்கைகளாக விளங்கும் வாழ்வினையர் ராமமூர்த்திக்கும், மகன் வருண் ஆதித்யாவுக்கும் நெஞ்சம் நிரம்பிய அன்பு.

அன்புடன்,
தீபா நாகராணி
nraniji@gmail.com

மதுரை - 625014
29.08.2022

சமர்ப்பணம்
இராமசாமி தாத்தாவுக்கு...

பெண் வாழ்வின் வெவ்வேறு பக்கங்கள்

ச.தமிழ்ச்செல்வன்

தீபா நாகராணியின் இக்கதைத் தொகுப்பில் 13 கதைகள் உள்ளன. வேறு வேறு வயதுப் பெண்களின் வாழ்வியல் பிரச்னைகளைக் கையாளும் கதைகளாக இவை வந்திருக்கின்றன. இவரது முதல் தொகுப்பு இது என்று சொல்ல முடியாதபடிக்குச் சரளமாகக் கதையை நகர்த்திச்செல்லும் லாவகம் இவருக்கு வாய்த்திருக்கிறது.

செம்பருத்தி கதையில் ஒரே வீட்டில் வாழ்க்கைப்பட்ட இரு பெண்களுக்கிடையிலான அபூர்வமான சினேகத்தைச் சித்திரமாக வடித்துள்ளார். மூத்த மருமகளான அழகம்மாவின் மரணத்தில் தொடங்கும் கதை, முன்பின்னாக நகர்ந்து அழகம்மாளுக்கும் இரண்டாவது மருமகளாக வரும் ராஜத்துக்கும் இடையில் பூக்கும் நெருக்கத்தைச் சொல்கிறது. ஆண்கள் வியாபாரம் செய்யும் குடும்பப் பின்னணியில் அழகம்மாள் முன்கை எடுத்துப் பிள்ளைகளை உயர்கல்விக்கு அனுப்பிச் சாதிக்கிறார். தனக்கு மறுக்கப்பட்ட கல்வி தன் பிள்ளைகளுக்குக் கிடைத்தாக வேண்டும் என்று போராடி கம்பீரமாக ஜெயிக்கிற கதாபாத்திரமாக அவர் படைக்கப்பட்டிருப்பது கதையின் சிறப்பு. அந்த அழகம்மாள் என்னும் ஆலமரத்தின் கீழ் வளரும் சிறு செடியாகத் தன்னை உணரும் ராஜத்தின் வழி கதை சொல்லப்பட்டிருப்பது பொருத்தம்.

அழகம்மாள் ஓங்கிச் சொன்னதை அவர் குடும்பத்து ஆண்கள் கேட்டுக்கொண்டதால் அவர் வெற்றிபெற்ற பெண்மணி ஆகிறார். ஆனால், ‘முடக்கம்’ கதையில் வரும் குடும்பத்தலைவியான சீதா சொல்வதை வீட்டில் உள்ள ஆண்கள் செவிமடுக்கவில்லையே என்கிற அவரது ஏக்கமே கதையாகியிருக்கிறது. பொது முடக்கக் காலத்தில் மகன்கள் இருவருக்கும் வேலை இழப்பு ஏற்பட்டிருக்கும் நேரத்தில் பேரனின் பிறந்த நாளைக் கடன் வாங்கி விமரிசையாகக் கொண்டாடித்தான் தீர வேண்டுமா என்கிற சீதாவின் குரலை எவருமே செவிமடுக்கவில்லை. கோலாகலமாகப் பிறந்த நாள் கொண்டாடப்படுகிறது. வாசல் படியில் மழைத்துளி தன் காலை நனைக்கத் தனித்து அமர்ந்திருக்கும் சீதாவின் கோலம் வாசகருக்கு அவர் மனநிலையைச் சட்டென உணர்த்திவிடுகிறது.

வயதான பெண்மணி பற்றிய இன்னொரு கதை 'ஈரம்', அம்மாவுக்கு சிரிப்பு வந்து கொஞ்சம் குலுங்கிச் சிரித்துவிட்டால் போச்சு... சிறுநீர் வெளிப்பட்டு நைட்டியின் பின்புறம் ஈரமாகிவிடும். இதைக் கல்லூரிப் படிப்பில் இருக்கும் மகள் லதா உள்ளிட்ட பிள்ளைகள் கேலி செய்வது வழக்கமாகி இருந்தது. அதில் தொடங்கி அம்மா செய்கிற எல்லாவற்றையும் அப்பாவும் குழந்தைகளும் கேலி செய்வது அன்றாடச் செயலாகிவிடுகிறது. பின்னொரு நாளில் லதாவுக்கும் கல்யாணமாகி, நடுவயதுக்கு வரும்போது அவளுக்கு இருமல் வருகிறது. ஒரு சந்தேகத்தில் பின்புறம் தடவிப் பார்க்கிறாள். ஈரமாக இருந்தது என்று கதை முடிகிறது. கதையில் மகளுக்குக் குற்ற உணர்வு லேசாக வருவதாகச் சொல்லியிருப்பது நல்லது. இல்லையெனில் இக்கதை முற்பகல் செய்யின் பிற்பகல் விளையும் என்கிற பழமொழிக்கு விளக்கமாக முடிந்திருக்கும்.

ஜவுளிக்கடையில் வேலை பார்க்கும் தனம் விடிய விடிய தீபாவளி சேல்ஸுக்காக கடையில் நின்றுவிட்டு வீடு வருகிறாள். காலையில்தான் அவளுக்குத் தூங்கும் நேரமே கிடைக்கிறது. ஆனால், பக்கத்து வீட்டு வாண்டுகள் தீபாவளிப் பட்டாசுகளைக் கொளுத்தி அவளைத் தூங்கவிடாமல் செய்கிறார்கள். எழுந்து போய் சண்டை போட்டு விரட்டிவிட்டு வந்து படுக்கிறாள். சற்று நேரத்தில் அவர்கள் தெருவில் உள்ள பணக்கார வீட்டுக்காரர் ஒலிபெருக்கி வைத்துப் பாட்டை அலறவிட்டுத் தீபாவளி கொண்டாடத் தொடங்கி விடுகிறார். தனம் அதை எதிர்த்து முனகினாலும் சண்டைக்குப் போகவில்லை. மகள் வீட்டுக்குப் போய்விடலாமா என்று யோசிப்பதாகக் கதை முடிகிறது. தூக்கம் என்கிற முக்கியமான பிரச்னையையும் தெருவின் சமூக உளவியலையும் சிக்கெனப் பிடித்திருக்கும் இக்கதை அதிகாரம், பணம் - இவற்றுக்கு முன்னே ஒடுங்கிப்போகும் எளிய மக்களின் உளவியலை விவாதப் பொருளாக்கியிருக்கிறது.

'பிராப்தம்' என்கிற கதை... ஏற்கெனவே பலராலும் சொல்லப்பட்ட ஒரு கதையை மீண்டும் சொல்லிப் பார்த்திருக்கிறார். பிராப்தம் எனத் தலைப்பிட்டதன்மூலம் இன்னும் பழைய நிலைக்குக் கதை போய்விடுகிறது.

தலை சாய்த்தல் என்கிற கதை ஒரு வித்தியாசமான சூழலில் தொடங்குகிறது. இரண்டு பெண் குழந்தைகளுக்குப் பிறகு மலருக்கு ஆண் குழந்தை பிறக்கிறது. பிறக்கும்போதே கல்

அடைப்பு காரணமாக குழந்தைக்குச் சிறுநீர் பிரிவதில் சிக்கல் இருக்கிறது. அதனால் பெரிய தனியார் மருத்துவமனைக்கு மாற்றிச் செல்கிறார்கள். முன்பணமே ஐம்பதாயிரம் கட்டுகிறார்கள். மாமியாரும் வெளிநாட்டிலிருக்கும் கணவனும் அப்படியெல்லாம் செலவு செய்து இந்தக் குழந்தையைக் காப்பாற்றிக் காலமெல்லாம் வைத்தியம் பார்க்க முடியாது. வயசா போயிடுச்சு. இன்னொன்னு பெத்துக்கலாம் என்று கொடூரமாகப் பேசுகின்றனர். அவளோ பெற்ற குழந்தையை எத்தனை செலவானாலும் காப்பாற்றியே ஆக வேண்டும் என நிற்கிறாள். அவளுடைய மரணத்தோடு கதையை ஏன் முடித்தார் என்பது பிடிபடவில்லை. மற்றபடி கதை வெகு யதார்த்தமாக நகர்கிறது. நம்பகத்தன்மை சற்றுக் குறைகிறது, ஆண் குழந்தை செத்தால் சாகட்டும் எனக் கணவன் சொல்லும்போது.

அழகி கதையும் பலமுறை சொல்லப்பட்ட ஒரு கதைதான். பஸ்ஸில் உரசிக்கொண்டு நிற்கும் ஆணைச் சட்டையைப் பிடித்து அடிக்கும் துணிச்சலான பெண் பற்றிய கதை.

நாச்சியார் என்கிற கதை புதிதாகத் திறக்கப்பட்ட துணிக்கடையில் ஒருவாரம் தள்ளுபடி விலை என்பதால், அந்தக் கடைக்குப் போய் சேலை எடுக்க வேண்டும் என ஆசைப்படும் கற்பகம் அவளின் மாமனார் வருகையால் கடைக்குப் போக முடியவில்லை. கணவன் வந்து இரவில் அவளைத் தேற்றும் போது அவளே சமாதானம் ஆகிவிடுவதாகக் கதை முடிகிறது. ஒரு சிறுகதைக்கான சின்ன மன உணர்வைக் கையிலெடுத்துக் கச்சிதமாகக் கதையை முடித்திருப்பது பாராட்டத்தக்கது.

மரிக்கொழுந்து பேருந்து நிறுத்தத்தில் அன்றாடம் சந்திக்கும் ஓர் இளைஞனை ஒருதலையாக விரும்புகிறாள். அவனோ ஒருநாள் அவளை சிஸ்டர் என்று சொல்லிவிடுகிறான். இதனால் காயமடைந்த மரிக்கொழுந்து ஒரு நாள் அவனை பின்தொடர்ந்து சென்று அவனை நிறுத்தி, “உன்னை பிரதர் என்று அழைக்க எண்ணம் கொண்ட பெண்ணை மட்டும் சிஸ்டர்னு சொல்லு” என்று அறிவுறுத்திவிட்டுத் திருபுகிறாள். நம்பகத்தன்மை குறைவாயிருப்பினும் எழுத்தாளரின் விழைவினால் எழுந்த புனைவு என ஏற்கலாம்.

இதேபோன்ற இன்னொரு துணிச்சலான பெண்ணான சாரதாவை ‘வாழ்க்கை யார் பக்கம்?’ கதையில் சந்திக்கிறோம். பெண் பார்த்துப் பிடித்திருப்பதாகச் சொல்லி சகோதரிகள்

பூ வைத்துப் போன பிறகு அந்த மாப்பிள்ளை சண்முகம், 'உன்னை எனக்குப் பிடிக்கவில்லை' என்று சாரதாவுக்கு குறுஞ்செய்தி அனுப்புகிறான். சாரதா கோபமாகப் பேருந்து ஏறி அவன் ஊருக்கே போய் அவனின் பெற்றோர் முன்னிலையில் அவன் முகத்துக்கு நேரே, 'இதுவரை செலவான தொகை ஒரு லட்சம் ரூபாயைக் கொண்டு வந்து கொடுத்துட்டு போ. இல்லாவிட்டால் கோர்ட்டில் சந்திப்பேன்' என்று மிரட்டிவிட்டு வருகிறாள். சுவாரசியமான கதைதான்.

கல்லூரிக் காலத்தில் தனக்கும் ஓர் ஆண் இருக்கிறான் என்று 'சொல்லிக் கொள்வதற்காக' ஓர் ஆணைத் தேடும் பெண் பற்றிய ஒரு கதையும், காதல் என நம்பிக் குடும்பத்தை எதிர்த்துக் கல்யாணமும் செய்துகொண்டு ஏமாறும் ஒரு கதையும் தொகுப்பில் இடம்பெற்றுள்ளன.

பெண்களின் வாழ்வியலிலிருந்தே எல்லாக் கதைகளும் எழுந்துள்ளது பாராட்டுக்குரியது. மிக லகுவாகக் கதை சொல்ல வருகிறது இவருக்கு. வாசகருக்கு நெருக்கமாக நின்று நேரடியான மொழியில் நேர்கோட்டில் கதை சொல்கிறார்.

குளத்தின் மேல்பரப்பில் நீச்சலடித்துத் திரும்பிய உணர்வே 13 கதைகளையும் ஒருசேர வாசித்து முடித்ததும் ஏற்படுகிறது. இன்னும் ஆழங்களுக்கு அடுத்த தொகுப்பில் நம்மை அழைத்துச் செல்வார் என்கிற நம்பிக்கையுடன் வாழ்த்துகிறேன்.

அன்புடன்
ச.தமிழ்ச்செல்வன்
சிவகாசி-626124

28-08-2022

செம்பருத்தி

காதில் பெரிய தோடு, மாராப்புக்கு மேல் நான்கு சரமாகத் தொங்கிய கல் முகப்பு வைத்த சங்கிலி, கழுத்தை ஒட்டிக் கிடந்த வைர அட்டிகை, புது ஒரு ரூபாய் அளவில் நெற்றியிலும் நேர்வுச்சி வகிட்டிலும் வட்டமாகப் பூசி இருந்த குங்குமம், திருத்தமான மஞ்சள் முகம், மேலே அழகம்மாள் எனப் பெயரிடப்பட்ட சுவரொட்டியில் ஈரம் முற்றிலும் காயவில்லை. கீழே துயரத்தில் வாடும் அழகு கிளினிக் மற்றும் நண்பர்கள் எனச் சிறிய எழுத்து. மீண்டும் மீண்டும் பார்க்கத் தூண்டும் அழகான கண்கள். எண்பத்தி இரண்டு வயதில் நேற்று இரவு காலமானதாகச் செய்தி இருந்தது. அவரது ஐம்பதுகளில் எடுக்கப்பட்ட புகைப்படம் போல தோற்றம்.

சுவரொட்டி ஒட்டியிருந்த வீட்டின் வெளியே போடப்பட்டிருந்த பந்தலில் எழுபது நாற்காலிகள் வரை கிடந்தன. சற்றுத் தள்ளி சங்கு ஊதிக்கொண்டிருந்தார் ஒருவர்.

உள்ளூரில் மருத்துவராக இருந்த மகள் கமலா குடும்பத்தோடு நேற்றிரவே வந்துவிட்டாள். கொல்கத்தாவில் இருந்து வரவேண்டிய மகன் சந்திரனுக்குக்காக வீடு காத்திருந்தது.

சிலர் காபி அருந்திக்கொண்டிருந்தனர். பலர் பேசிக்கொண்டு இருந்தனர். கமலா சற்று நேரம் தாயைப் பார்க்க, மற்ற நேரம் அடுத்தடுத்து ஆக வேண்டியதற்குத் தேவையானவற்றைச் செய்து கொண்டிருந்தாள்.

படிக்கட்டைத் தாண்டி உள்ளே போனதும் நீண்ட வரவேற்பறையில் சுவர் ஓரமாக கண்ணாடிப் பெட்டியில் நீல வண்ணப்பட்டுடுத்தி படுக்க வைக்கப்பட்டிருந்தார் அழகம்மாள். அது அவரின் திருமணச் சேலை. அவரின் கணவர் இருபத்தைந்து ஆண்டுகளுக்கு முன்பே இறந்துவிட்டார். கண்ணாடிப் பேழையின் மீது தொடர்ச்சியாக வைக்கப்படும் ரோஜாப்பூ, சம்பங்கி மாலைகளை அள்ளி, சற்றுத் தள்ளி இருந்த மேஜையில் அடுக்கினார் ராஜம். இப்போது நீண்ட ஒரு மாலை மட்டும் பெட்டியின் மேல் கிடந்தது. அருகில் உள்ள நாற்காலியில் அமர்ந்தபடி, கண்ணாடிப் பெட்டியில் பார்வையைப் பதித்த ராஜத்துக்கும் அழகம்மாவுக்கும் பதிமூன்று வயது வித்தியாசம். அழகம்மாள் திருமணமாகி அறுபது வருடங்களுக்கு முன் மருமகளாக கால் வைத்த இந்த வீட்டில், அவருக்குப் பின் எட்டு வருடங்கள் கழித்து அழகம்மாளின் கொழுந்தனை மணந்து இரண்டாவது மருமகளாக வந்தவர் ராஜம்.

தான் தன்னை நேசிக்காத நேரத்திலும் தன்னை நேசித்த அழகம்மாவை வழிந்த கண்ணீரோடு பார்த்தபடி இருந்தார் ராஜம்.

திருமணமாகி வந்த புதிது. ராஜம் ராமசாமியைவிட உயரம். ராமசாமியும் அவரின் அண்ணன் சின்னசாமியும் இருபது பேர் வரை வேலை பார்த்த ஜவுளிக் கடையைத் தந்தையுடன் சேர்ந்து தெற்கு மாசி வீதியில் நடத்திக்கொண்டிருந்தனர். மாமியார் லட்சுமி அம்மாள் சதா வெற்றிலைப் போட்ட வாயோடு பார்க்கும் போதெல்லாம் ஆணைகள் பிறப்பித்தபடி இருப்பார். வீட்டு வேலை உதவிக்கு என இரண்டு பெண்மணிகள் வீட்டில் இருந்தனர். ஆனால், அடுப்பில் வைத்து இறக்கும் வேலை மருமகள்களின் பொறுப்பு.

மணமாகி வந்த மறுமாதம் மாதவிலக்கு எனச் சொன்ன ராஜத்தைச் சுட்டு எரிப்பது போல பார்த்தார் மாமியார் லட்சுமி. அவரது வீட்டில் அவருக்கு முன்பே சொல்லி அனுப்பப்பட்டதை நினைத்து, மாபெரும் குற்றத்தைச் செய்துவிட்டதாகத் தேம்பிக் கொண்டிருந்தாள் ராஜம்.

“விடுங்க அத்தை, பாவம் சின்னப் பொண்ணு, பயந்திருவா.”

பேசிய அழகம்மாவை முறைப்போடு கடந்து சென்றார்.

“ராஜம், பெரியவங்க அப்படித்தான் இருப்பாங்க, நாம இதெல்லாம் பெரிசா எடுத்துக்கக் கூடாது. நம்ம அத்தைதான...”

ஆறுதல் சொல்ல ஆரம்பித்த அழகம்மாள் ராஜம் நிலை கொண்டு இந்த மண்ணில் வேர்விட உரமாக இருந்தாள். இருவரும் வேலைகளைப் பகிர்ந்து நேர்த்தியாகச் செய்வர். ஒருவரை ஒருவர் விட்டுக் கொடுக்காமல் அனுசரணையாக இருப்பர்.

“ராத்திரி சரியா தூங்கலயா ராஜம், கண் சிவந்து கிடக்கு. முகமும் வீங்கி இருக்கு...”

எதுவும் பேசாமல் உம்மென்று இருந்தவளைத் தொந்தரவு செய்யாமல், அவளுடைய வேலைகளையும் இழுத்துப் போட்டு செய்தாள். மாவு இடித்ததைச் சலிக்கையில் சத்தம் கேட்டு வந்த ராஜத்திடம், தானே பார்த்துக்கொள்வதாகச் சொல்லி இளைப்பாறும்படி சொன்னாள்.

அடுத்த நாள் வழக்கம் போல சிரித்து, வேலைகளைப் பார்த்த ராஜத்தைப் பார்த்து மகிழ்ச்சியாக இருந்தது அழகம்மாவுக்கு.

ராஜத்திற்கும் அவளது கணவனுக்கும் இடையே உள்ள பிரச்னை பற்றி அவளாகவே சொன்னால் கேட்டுக்கொள்ளலாம் என இருந்த அழகம்மாவை, அவளுக்கும் ரொம்பவே பிடித்துவிட்டது.

அதிக நேரம் இவள் வேலை பார்க்கக் கூடாது என்கிற கவனத்தோடு அவளும், அதே மாதிரி இவளும், போட்டி போட்டுக் கொண்டு வேலைகளைப் பார்த்தனர். ஒரே மாதிரி புடவை எடுப்பது, இவள் சரி எனச் சொல்வதை அவளும் சரி எனச் சொல்வது என பேரன்போடு நகர்ந்தன நாட்கள்.

லட்சுமி பெரும்பாலும் ஜவுளிக் கடைக்குச் சென்றுவிடுவார். மாமனார் ரங்கசாமி வீட்டில் இருந்தால் மயான அமைதி நிலவும்.

சந்திரனின் உடைகளைத் துவைப்பது, அவனுக்குப் பிடித்த மாதிரி களிமண் பொம்மைகளைச் செய்வது, கமலாவைக் குளிப்பாட்டி அழகுபடுத்தி, உணவூட்டுவது, தாலாட்டுப் பாடி தூங்க வைப்பது என ராஜத்தின் நாட்கள் பறந்தன.

ராஜம் இந்த வீட்டுக்கு வந்து ஏழெட்டு மாதங்கள் ஆகி இருந்தன. அவளின் பெற்றோர் ஓரிரு முறை வந்து சென்றதோடு சரி.

மீண்டும் மாதவிடாய் எனச் சொன்னதும் கையில் இருந்த எண்ணெய்க் கிண்ணத்தைத் தூக்கி எறிந்தார் லட்சுமி. சுவரில் மோதி எண்ணெய் சிதறி கீழே விழுந்தது கிண்ணம்.

"ஏண்டி, தின்னுட்டு தின்னுட்டு பேல்றதுக்கா, உன்னை எம் மவனுக்குக் கட்டிட்டு வந்தேன்?"

கிட்டத்தட்ட அடிப்பது போல ராஜத்தின் அருகில் வந்து நின்றார். இடையில் வந்த அழகம்மாள் ராஜத்தைச் சற்றுத் தள்ளி நிற்க வைத்து, லட்சுமியின் கையைப் பிடித்து நாற்காலியில் அமரச் செய்தாள்.

"பொறுமையா இருங்க அத்தை. எனக்கெல்லாம் கல்யாணமாகி ஏழு வருஷம் கழிச்சுதான் சந்திரன் பொறந்தான். போன வருஷம் தான் கமலா பொறந்தா. புள்ளைங்கன்னா ராஜத்துக்குக் கொள்ள உசிரு, அவ என்ன செய்வா, பாவம். சத்துள்ளதைச் சாப்பிடச் சொல்வோம். நாங்க போன கோயில், குளத்துக்கு அவங்க ரெண்டு பேரையும் கூட்டிட்டுப் போவோம். அத்தை, இந்த வீட்டில நீங்க எங்களுக்கும் அம்மா. அம்மாவோட கரிசனையோட இருங்க. உங்களைக் கெஞ்சிக் கேட்டுக்கிறேன்."

கைகளைப் பிடித்தபடி பேசிக்கொண்டிருந்த அழகம்மாளைப் பார்த்துக்கொண்டிருந்த லட்சுமியின் முகம் கோபத்தில் சிவந்திருந்தாலும் கண்ணீர் மாலை மாலையாகக் கொட்டியது. எழுந்து சாமிப் படங்களுக்கு முன்னால் உட்கார்ந்தார்.

"நான் என்ன குறை வச்சேன், என்ன பாவம் செய்தேன், ஏன் எங்களை இப்படிச் சோதிக்கிற?"

தொடர்ந்த புலம்பல் அரைமணிநேரம் நீடித்தது.

ராஜத்தை இழுத்துக்கொண்டு சமையலறைக்குச் சென்றார் அழகம்மாள். அவளின் கைகளை எடுத்து தன் கைக்குள் வைத்துக் கொண்டார்.

"மனசைப் போட்டு குழப்பிக்காத ராஜம், அத்தைக்கு வயசாயிடுச்சு. இப்படி எல்லாம் நடந்துகிட்டாதான் மாமியார்னு பார்த்து, அனுபவிச்சு வளர்ந்தவங்க. முன்ன பின்ன இருப்பாங்க. நம்ம அம்மா இப்படித் திட்டினா சரின்னு போறது இல்லையா,

அப்படி எடுத்துக்கோ. சீக்கிரம் எல்லாம் சரியாயிடும்."

ராஜத்தின் முதுகில் தட்டிக் கொடுத்ததில் தெரிந்த அன்பு, மாமியார் உண்டாக்கிய ரணத்தின் எரிச்சலை மட்டுப்படுத்தியது.

"அவங்க வாங்கிக்கிட்டதைக் கொடுக்கிறாங்க. அதை அப்படியே ஏன் அள்ற? தேவை இல்லாததை எடுக்காத..."

அழகம்மாளின் கரிசனமான வார்த்தைகளும் செயல்களும் இல்லாவிட்டால் என்றோ இல்லாமல் போய் இருப்பாள் ராஜம்.

காலையில் ஒன்பது மணிக்குக் கிளம்பிச் செல்கிற சகோதரர்கள் இருவரும் இரவு பத்து மணிக்குதான் வீடு திரும்புவர். மதிய உணவை கடையிலிருந்து மிதிவண்டி ஓட்டிக்கொண்டு வரும் பையன் வாங்கிச் செல்வான்.

மிக முக்கியமான நாட்களில் மட்டும் யாரேனும் ஒருவர் வீட்டில் இருக்க, மற்றவர் கடையில் இருப்பர். கடுமையாக உழைத்ததின் பலன், செல்வம் பெருகிக்கொண்டு இருந்தது.

அவரவர்களின் மனைவிகளிடம் பேசுவதுகூட அளவாக இருக்கும். முக்கிய முடிவுகளைத் தாயை ஆலோசித்து எடுப்பர். இறுதியில் தகவல்களாக மருமகள்களுக்குத் தெரிவிக்கப்படும்.

அழகம்மாள் வசதியான குடும்பத்தில் பிறந்தவள். சுமக்க முடியாத அளவு நகைகள், வீடு கொள்ள முடியாத அளவு வெள்ளி, பித்தளை, வெண்கலப் பாத்திரங்கள், மரச்சாமான்கள், துணிமணிகள் என ராணி மாதிரி வந்தவள். அவளின் மீதான லட்சுமியின் விசேஷ அன்புக்கு இந்தப் பின்னணியே காரணம்.

ராஜம், மிக சுமாரான குடும்பம். கணவரின் தங்கைப் பெண். பெயருக்கு கொஞ்சம் நகைகள், பொருட்கள் என வந்தாள். வெளியே பெண் எடுக்க எத்தனையோ போராடிப் பார்த்தாள். ஆனால், ஒரே பிடியாக நின்றுவிட்டார் ரங்கசாமி, இவள்தான் இரண்டாவது மருமகள் என. வேண்டா வெறுப்பாகச் சம்மதித்தார் லட்சுமி. பார்க்க களையாக இருந்தாள் ராஜம். ஆனால், குழந்தைப் பேறு மட்டும் தள்ளிக்கொண்டே போனது.

சந்திரன் நன்றாகப் படித்தான். கடையை நிர்வகிக்க துணைக்கு அவனை அழைத்த போது, அவனை டெல்லி அனுப்பி ஐ.ஏ.எஸ். படிக்க செய்தாள் அழகம்மாள். இரண்டாவது முயற்சியிலேயே வெற்றி பெற்றான்.

தீபா நாகராணி

கமலாவுக்கு மருத்துவப் படிப்பில் இடம் கிடைக்க, வீட்டில் இரு சகோதரர்களும் குதித்தனர். இதென்ன பழக்கம், நம் சாதியில் இல்லாதது, பெண் மருத்துவம் படிக்கக் கல்லூரி செல்வது? நல்லபடியாகத் திருமணம் செய்து கொடுப்பதுதான் சரி என வாதிட்டனர்.

"எட்டாவது வரை படிச்சேன். பெரிய மனுஷி ஆயிட்டேன்னு வீட்டை விட்டு வெளிய அனுப்பல என்னை. அப்போ நான் கெட்டிக்காரி, எங்க வகுப்பில முதல் ரேங்க் வாங்குவேன். டக்கு டக்குன்னு கேள்விக்கு பதில் சொல்லுவேன். நல்லா படிச்சு நல்ல வேலைக்குப் போகணும்னு கொள்ள ஆசை. எங்க அம்மா, அப்பா விடல. 'நீ சம்பாரிச்சு ஆக வேண்டியது ஒண்ணும் இல்லை'ன்னு இங்க பத்தி விட்டுட்டாங்க. எவ்ளோ நாள் அழுதிருப்பேன் தெரியுமா? என்னோட படிச்ச ஒருத்தி இப்போ நீதிபதியா இருக்கா. வீடுன்றது பொது. வேலைகளைப் பகிர்ந்துக்கிறோம். சுயம்னு வர்றப்போ நான் என்ன செய்தேன்னு யோசிச்சா எதுவும் இல்ல. என்னோட அறிவைப் பயன்படுத்தி இந்தச் சமூகம் முன்னேற எதுவும் செய்தேனான்னு பார்த்தா, ம்ஹூம். எங்க அப்பா நிழல்ல இருந்து உங்க நிழலுக்கு மாறினேன், அவ்ளோதான். எம் பொண்ணு அவ காலில நிக்கணும்."

மூச்சு விடாமல் சன்னதம் வந்தது போலப் பேசிச் சென்ற அழகம்மாளுக்கு பதில் சொல்ல முடியாமல் கமலாவைக் கல்லூரியில் சேர்த்தனர். சிறப்பாகத் தேர்ச்சி பெற்று, இதே ஊரில் வெற்றிகரமான மகளிர் மருத்துவராக இருக்கிறாள் அவள்.

ஒரு நாள் சகோதரர்கள் இருவரும் வியாபார விஷயமாக காஞ்சிபுரம் சென்று திரும்பும் போது வழியில் எதிரில் வந்த லாரி மோதி ஏற்பட்ட விபத்தில் சம்பவ இடத்திலேயே இறந்தனர்.

ஜவுளிக் கடையில் ஆர்வம் இல்லாததால், உறவுக்காரர் ஒருவருக்குக் கடையை மாற்றிவிட்டு, அதில் கிடைத்த பணத்தை வங்கியில் செலுத்தி, கிடைக்கும் வட்டியில் திறம்பட குடும்பத்தை நிர்வகித்தார் அழகம்மாள்.

"இதென்னடி பாட்டு, உன் சமையலறையில் உப்பா சர்க்கரையான்னு... ரெண்டுமில்லல பிபி இருக்கு சுகர் இருக்குன்னு பதிலா பாடினா சரியா இருக்கும் எனக்கு!"

காபி குடித்துக்கொண்டிருந்த ராஜத்துக்குப் புரை ஏறியது.

கோயில், சிற்பம், கல்வெட்டு சம்பந்தமான புத்தகங்கள் வாங்கி வைத்து, அதன் பிரகாரம், தன் ஊரில் உள்ள கோயில்களைச் சுற்றிச் சுற்றி வந்து பார்ப்பார்.

படம் எடுத்துக்கொண்டு, கஷ்டப்பட்டு வாசித்த வட்டெழுத்தை, தொல்லியல் துறையைச் சேர்ந்த நண்பரிடம் போனில் அழைத்து சரியா எனக் கேட்டு சரி எனத் தெரிந்ததும், குழந்தையாகவே கத்திக் குதூகலிப்பார்.

ராஜத்திற்கு சாமி, பூஜை, விரதம், சீரியலில் தனிப்பட்ட விருப்பம் இருந்தாலும் அழகம்மாவுக்குப் பிடித்தவற்றைத் தானும் ரசிப்பதாகக் காட்டிக்கொள்வார். அதை மரியாதையாக நினைத்தார்.

இரண்டு வருடங்களுக்கு முன் நெருங்கிய உறவில் இளம் வயதில் ஒருவர் மரணம். அந்தக் குடும்பத்தின் நிதிநிலை மோசமாக இருந்தது. ராஜத்தைப் போய் விசாரித்துவிட்டு வரச் சொன்னார்.

"நீயும் வாக்கா."

"என்னைப் பார்த்தா, எண்பது வயசில இதெல்லாம் இன்னும் போகாம இருக்குன்னு காது பட சொல்லாட்டியும், மனசுக்குள்ள நினைக்குங்க. இப்போதைக்கு அந்தக் குடும்பத்துக்குத் தேவையான ஆறுதல் பணம்தான்... இதைப் போய்க் கொடுத்திட்டு வா."

ஒரு மணிபர்சை ராஜத்தின் கையில் திணித்தார்.

பேரன், பேத்திகள் சாலையைக் கடக்க, லிஃப்ட், எஸ்கலேட்டரில் ஏற, அவரது விரலைப் பிடித்தால் சட்டென தட்டிவிடுவார்.

"எனக்கென்ன கை, கால் எல்லாம் நல்லாதான் இருக்கு!"

ஓங்கிக் கத்துவார்.

தானே தனக்குத் தேவையான உணவை தட்டில் எடுத்துப் பரிமாறுவதாகட்டும், மாத்திரைகளை எடுத்துப் போட்டுக் கொள்வதாகட்டும்... எண்பது வயதிலும் யாருக்கும் சின்ன அளவில்கூடத் தொந்தரவு கொடுக்காததையே விரும்பினார்.

சிவப்பு, வெள்ளை, மஞ்சள், காவி, இளஞ்சிவப்பு வண்ணங்களில், செம்பருத்திப் பூச்செடிகளை வீட்டின் பின்புறத்தில் வளர்த்து வந்தார் அழகம்மாள். பூக்களில் சிறந்த பூ செம்பருத்தி என்பது அவரின் தீர்மானம். வேறு பூச்செடிகளுக்கு அவரது தோட்டத்தில்

இடமில்லை. ஒவ்வோர் இலையும் பூவும் மொட்டும் அழகில் ஒன்றோடு ஒன்று போட்டிப் போடும். விரிந்திருக்கும் இதழ்களை அவரது விரல்களால் ஸ்பரிசிப்பது கைக் குழந்தையைத் தொடுவது போல இருக்கும். உள்ளே பூஜை அறைக்கு என ஒரு பூவும் இங்கு இருந்து போகாது. முழுக்க முழுக்கச் செடியில் பூத்து வாடி உதிரும் வரை செடியோடுதான் இருக்கும். கீழே கிடக்கும் மலர்களை கைகளால் எடுத்துக் குவித்து வைத்துப் பார்ப்பார். அப்போது கண்களில் சில நிமிடங்கள் வெறுமை தேங்கும். வேறு எந்தத் தோட்டத்திலும் பார்த்திராத வண்ணம் அளவில் பெரிதாக கூடுதல் அழகோடு செம்பருத்திப் பூக்கள் சிரிக்கும். விருந்தினராக வரும் குழந்தை ஆசையாகக் கேட்டால்கூடப் பறித்துத் தந்ததில்லை. மாதந்தோறும் தவறாமல் உரம் இட்டுப் பராமரிப்பதைச் செடியின் உருவம் சொன்னது. விடுப்பு எடுக்காமல் எல்லா நாளும் பூத்துத் தள்ளின செடிகள்.

சென்ற மாதம் சக்கர நாற்காலியில் அமரச் செய்து, இந்தப் பூக்களைப் பார்த்துக்கொண்டிருந்தார். பிரிந்து செல்லப் போவதைச் செடிகளிடம் மனவோட்டத்தில் சொல்லிக்கொண்டிருந்தது மாதிரி இருந்தது அந்தக் காட்சி.

சுய நினைவு இருந்த வரை, 'செடிக்குத் தண்ணீர் விட்டாச்சா' என ஒவ்வொரு நாளும் கேட்டுக்கொண்டிருந்தார்.

மழை கொட்டிய ஒரு நாளில் நடைப்பயிற்சி நின்றது. மெதுமெதுவாக மற்ற செயல்களும் குறைந்தன.

கடந்த இரண்டு வருடங்களாக ஒத்துழைக்க மறுத்த கால்களால் ஒடுங்க ஆரம்பித்தார்.

கொஞ்சம் கொஞ்சமாகக் குறைய ஆரம்பித்தது பேச்சு. சில நேரத்தில் மறந்துபோன வார்த்தைகளை எங்கிருந்து எடுப்பது என்பது போன்று கண்களில் குழப்பமான பார்வை. படிப்படியாக ஓரிருவரைத் தவிர பிறரை அடையாளம் கண்டுகொள்வதில் சிக்கல். உடல் மெலிந்து எலும்புகள் துருத்திக்கொண்டு வேறோர் ஆளைப் போன்ற தோற்றம். ராஜத்துக்கு வயோதிகம் பயத்தைக் கொடுப்பதாக இருந்தது.

கொஞ்சம் கொஞ்சமாக குழந்தைப் பருவத்துக்குச் சென்று கொண்டிருந்த அழகம்மாவை முழுமையாகப் பார்த்துக் கொண்டது ராஜம்.

திரவ நிலைக்கு மாற்றப்பட்ட உணவு, திட, திரவக் கழிவுகளை வாங்கிக்கொள்ளக் கட்டப்படும் பேம்பர்ஸ், ஈரத்துணியை வைத்து சுத்தம் செய்த உடம்பில் பூசப்படும் பவுடர் எனப் பெரிய குழந்தையாக மாறிக்கொண்டே இருந்தார்.

ஆசையுடனும் அன்புடனும் பார்த்துக்கொண்டார் ராஜம். தினந்தோறும் இருவேளை கமலா வந்து செல்வாள்.

உள்ளே என்ன செய்கிறது எனச் சொன்னதில்லை. அவரின் முகமும் முனகலும் அவஸ்தையும் ஏதேதோ சொல்லும். தானாக எழுந்து ஆண்ட வீட்டில் அசைவற்று ஒரு பொருளாக உள்ளதன் வலி அது. இருவேளைக் குளியல், பிடித்தமான ஆடையை அணிந்து மகிழ்ந்தது எல்லாம் கனவாகப் போய்விட்டதன் சோகம். மனசுக்குப் பிடித்ததைச் சமைத்துச் சாப்பிட்ட வீட்டில், பிடித்ததைச் சாப்பிடக்கூட முடியவில்லை என்கிற பச்சாதாபம்.

பிறந்த குழந்தையைப் படுக்கையில் கிடத்தி இருப்பது போல கிடந்தார். தன் கழிவுகளைச் சுத்தப்படுத்த இன்னொருவர் தயவை எதிர்பார்ப்பது கொடுமை. பெருமிதமாகப் பார்த்தவர்களின் பரிதாபப் பார்வையைப் பெறுவது எரிச்சலூட்டுவதாக இருந்தது.

மேலே தொங்கிக்கொண்டிருந்த மின்விசிறியைப் பார்த்துக் கொண்டிருந்தன கண்கள்.

நடை குறைந்து, உட்கார இயலாமல் படுத்த நிலையில் பேம்பர்ஸ் கட்டியபடி, திரவ உணவுக்கு மாறி, மருந்து கொடுக்க மற்றவரை எதிர்பார்த்து திரும்பவும் முழுமையாகக் குழந்தைப் பருவத்தை நோக்கிச் சுழல்கிற சக்கரத்தில் தன் தாயின் கருவறைக்குச் செல்வேனோ என்பது போல இருந்தது அந்தப் பார்வை.

எப்படி இருந்த அழகம்மாள் இப்படி ஆகிவிட்டார் என ராஜம்மாவுக்கு கடுந்துயரம். தன்னுடைய அந்திமக் காலம் பற்றிய பயமும் கலந்தது அது.

சென்ற மாதம் கல்லூரியில் படிக்கும் கமலாவின் பிள்ளைகள் வந்திருந்தபோது, அவர்களை அணைத்துக்கொள்ள ஆசையாக இருக்கிறது எனச் சொன்னார். சாதாரண தீண்டலைக்கூட விரும்பாத பாட்டி, எப்படி இதைக் கேட்கிறார் என்பது போல பார்த்தனர் இருவரும். தோதாக அழகம்மாவை அமரச் செய்த பின் இருவரையும் ஒரு சேரக் கட்டிக்கொண்டார். 'நல்லா இருங்க,

நல்லா இருங்க' என வாய் முணுமுணுத்தது. அன்று இரவில் புலம்பல் இல்லாமல் ஆழ்ந்து உறங்கினார் அழகம்மாள்.

நேற்று மாலை அவரின் தலையை எடுத்து மடியில் வைத்து ஆற வைத்த பாலை சின்னக் கரண்டியால் எடுத்துப் புகட்டிக் கொண்டிருந்தார் ராஜம். இரண்டாவது முறை விழுங்கும்போது, கரட்டென்று சத்தம், கண்கள் மேலே பார்க்க உயிர் பிரிந்தது.

"என்னை விட்டுட்டுப் போயிடாத அழகுக்கா. என் பலம், சந்தோஷம் எல்லாம் நீதான். நான் இருக்க வரை இரு, உன்னோட இந்த உலகம் எனக்கு முடிஞ்சிடும்..."

கதறிக் கூப்பாடு போட்டபடி கமலாவை அழைத்துவர வேலைக்காரப் பெண்மணியை அனுப்பினார்.

உயிர் பிரியும் நொடி வரை கண்ணீரைப் பெருக்கிய ராஜத்தின் கண்களில் நீர் வற்றியது போலொரு தோற்றம்.

கொல்லைப்புறத்தில் எல்லா நிறங்களிலும் செம்பருத்திப் பூக்கள் மலர்ந்த வண்ணமே கீழே விழுந்து கிடந்தன. சிவப்புச் செம்பருத்திச் செடியின் கீழே நேற்று காலபைரவர் கோயில் தீர்த்தம் நிரப்பப்பட்ட கூஜா காலியாக நின்றிருந்தது.

ஈரம்

அம்மா எழுந்து செல்லும்போது பின்னால் பார்த்தால் சேலையில் லேசான ஈரம். அது கத்தரிப்பூ வண்ணமானதால் பளிச்செனத் தெரிந்தது. தரையில் இருந்த ஈரத்தைப் பார்க்காமல் அமர்ந்திருப்பார் என நினைத்த லதா தேர்வுக்குப் படிப்பதைத் தொடர்ந்தாள். இந்தப் பருவத்தோடு முதுகலைப்படிப்பு நிறைவு பெறுகிறது. அடுத்து முனைவர் பட்டத்துக்குப் படிக்க ஆசை. வீட்டில் இப்போதே பெண் கேட்டு அடிக்கடித் தொந்தரவு. இதில் இன்னும் சில வருடங்கள் காத்திருக்கச் சொன்னால், அப்பாவின் கோபம் அம்மா மீது திரும்பும். அம்மா செய்த சிபாரிசால்தான் முதுகலைப் படிப்பை படிக்க முடிகிறது. தம்பி செல்வம் பள்ளி இறுதி வகுப்பில் படிக்கிறான். இருவரும் மற்ற வீடுகளில் இருப்பதுபோல அடித்துக்கொள்வதோ, சண்டை பிடிப்பதோ இல்லை. தொலைக்காட்சியில் பார்க்கும் நிகழ்ச்சிகளை, சுற்றி உலவும் மனிதர்களை கிண்டல் செய்து பேசி மகிழ்வர். நண்பர்கள் போலவே நடந்துகொள்வர். வீட்டுக்குள் நுழைந்ததும் தம்பியைத்தான் தேடுவாள் லதா. தந்தை ஆயுள் காப்பீட்டுக் கழகத்தில் அதிகாரியாகப் பணிபுரிகிறார்.

இரவு உணவு தயாரிக்கும் பணியில் மும்முரமாக இருந்தார் லதாவின் அம்மா. வசிப்பறையில்தான் குளிர்சாதனப் பெட்டி இருந்தது. அதன் பக்கத்தில் இருந்த மேஜையில் புத்தகங்களை வைத்துப் படித்துக்கொண்டிருந்தாள் லதா. விறுவிறுவென வந்து ஃபிரிட்ஜ் கதவைத் திறந்தவர், ஒரு சில நிமிடங்கள் அப்படியே நின்றார். அடுப்பில் ஏதோ வெந்துகொண்டிருப்பதை சிம்னி சத்தம் தெரியப்படுத்தியது. உள்ளே தெரிந்த வெளிச்சத்தில் எதையோ பார்த்துக்கொண்டே இருந்தார். நிமிடங்கள் சில கடந்த பிறகு கீழே பட்டாணி அடைத்து வைக்கப்பட்டிருந்த டப்பாவை எடுத்துக் கொண்டு கதவை அடைத்தார்.

“ இங்க பாருடா, கதவைத் திறந்திட்டுதான் என்ன எடுக்கணும்னு யோசிக்கவே செய்றாங்க அம்மா!”

“இன்னைக்குள்ள முடிவு செஞ்சாங்க லதா, இல்லாட்டி ராத்திரி நாம பட்டினிதான்!”

தாளிப்பில் பட்டாணியைக் கொட்டிக் கிளறியபடி அடுப்பைக் கூட்டி வைத்தவர் காதுகளிலும் விழுந்தன சொற்கள். பெற்ற பிள்ளைகள் தாயைக் கிண்டலாகப் பேசி மகிழ்கின்றன. பதிலுக்குப் பேசி என்ன ஆகப் போகிறது என்றபடி வேலையைப் பார்த்துக் கொண்டிருந்தார். உண்மையில் அடுப்பில் வெங்காயத்தை வதக்கும் போதுதான் பட்டாணி நினைவுக்கு வந்தது. அதையும் சேர்க்கலாம் என அடுப்பைக் குறைத்து வைத்துவிட்டு ஃபிரிட்ஜ் அருகே வந்து கதவையும் திறந்தாகிவிட்டது. இந்தச் சில நொடிகளில் எதற்காக வந்தோம் என்பதை முழுமையாக மறந்திருக்கிறார். உள்ளே அடுக்கி வைத்திருந்தவற்றில் எதை எடுக்க இதைத் திறந்தோம் என ஒவ்வொரு பொருளாகப் பார்த்து, பட்டாணியைக் கண்ட பின்தான் நினைவுக்கு வந்திருக்கிறது. நாற்பத்திரண்டு வயது முடிந்துவிட்டது. இந்த ஒரு வருடமாக அடிக்கடி இதே மாதிரி அனுபவங்கள். பெரிதாகப் பாதிப்பில்லை.

இன்றும் அதே மாதிரி லதாவின் அம்மா உடுத்தியிருந்த சிவப்பு நைட்டியில் பின்புறம் ஈரம். அவளது அப்பாவும் வீட்டில் இருந்தார்.

“ஏம்மா வீட்டிலதான் பாத்ரூம் இருக்குல, போக வேண்டியது தான, அப்படி என்ன அவசரம், உன் நைட்டியைப் பாரு!”

பின்னால் இருப்பதை முன் பக்கம் கொண்டு வந்து பார்த்தாள்.

உள்ளங்கை அகலத்துக்கு ஈரம். அறைக்குள் சென்று அலசி காயப் போட்டுவிட்டு வேறு உடை அணிந்து வெளியே வந்தாள்.

"ஏம்மா இப்பிடி எல்லாம் பண்ற?"

"இல்ல, இல்ல, அது அங்கன முந்தியே இருந்த ஈரம்."

"எனக்குத் தெரியும், சும்மா ஏதாச்சும் சொல்லாத."

மற்றொரு நாள் வசிப்பறையில் மகன் சொன்ன நகைச்சுவைக்கு சத்தம் போட்டுச் சிரித்தவர், சடாரென எழுந்து குளியலறைக்குள் சென்றார். செல்லும்போதுதான் அவரின் பின்புறம் நிறமாறி இருப்பதைப் பார்த்த லதா, பிளாஸ்டிக் இருக்கையிலும் ஈரத்தைப் பார்த்தாள். உலக மகா நகைச்சுவையை ரசிப்பது போல சத்தம் போட்டுச் சிரித்தாள். தம்பியையும் அப்பாவையும் அழைத்துக் காட்டினாள். அம்மாவுக்குப் பலமாகச் சிரித்தால் சிறுநீர் கொஞ்சம் வெளியேறிவிடுகிறது என்பதைத்தான் தான் முதலில் கண்டுபிடித்து சாதனை செய்த மாதிரி பேசிக்கொண்டே இருந்தாள். மற்றவர்களும் இவளோடு இணைந்துகொள்ள, ரொம்ப நேரம் சிரிப்புச் சத்தம் கேட்டுக்கொண்டே இருந்தது.

இப்போதெல்லாம் சிரிக்கிற மாதிரி விஷயங்களைச் சொல்ல ஆரம்பிக்கும்போதே, அம்மாவை கழிப்பறைப் பக்கத்தில் நிற்கச் சொல்கிறாள் லதா.

அவளின் அப்பாவும் இதை வைத்து சீண்டலானார். தொலைக்காட்சியில் நகைச்சுவைக் காட்சி பார்க்கும்போது தவறாமல் சொல்லிவிடுவார்.

"ஒண்ணுக்கு இருந்திடாம பாரு!"

அடிக்கடி இந்த வசனத்தைச் சொல்லிக்கொண்டே இருந்தார். என்ன செய்வதென்று புரியாத லதாவின் அம்மாவும் அவர்களோடு ஒப்புக்கு சங்கோஜப் புன்னகையை உதிர்த்துச் செல்வார்.

"பேம்பர்ஸ் கட்டிக்கோம்மா..."

ஒரு நாள் உறவினர் வீட்டுக் கல்யாணத்துக்குச் சென்று கொண்டிருந்த அம்மாவிடம் சொன்னபோது, அவர் இரண்டு உள்பாவாடை அணிந்திருப்பதால் கவலைப்பட தேவையில்லை எனச் சொல்லிக் கிளம்பினார்.

மழலையர் பள்ளிக் கூடத்தில் படிக்கும்போது சீவி சிங்காரித்து

அழகுபார்த்து அனுப்புவார் அம்மா. கடையில் துணி எடுக்க சென்றால் லதாவுக்கு அதிக விலையில் உடை இருக்கும்படி பார்த்துக்கொள்வார். தலையில் வைக்க வாங்கும் பிச்சிப்பூவில் முக்கால்வாசியைத் துண்டித்து லதா தலையில் தொங்கவிட்டு, ஹேர்பின் குத்துவார்.

ஏழாவது படிக்கும்போது லதாவுக்கு முதல் மாதவிடாய். சொன்னதும் தேம்பித் தேம்பி அழுதுகொண்டே இருந்தாள் வெகு நேரம். எதற்காக அம்மா அழுகிறாள் எனப் புரியாமல் பார்த்துக்கொண்டே இருந்தாள் லதா. அவளை ஓர் ஓரமாக அமர வைத்துவிட்டு, போனில் லதாவின் அப்பாவை அழைத்துச் சொல்ல ஆரம்பித்தார்.

அதற்கடுத்து வந்த வருடங்களில் கோபமும் எரிச்சலும் அதீதமாக வெளிப்படும் அம்மாவாக இருந்தார்.

ஒரு நாள் சுதா பள்ளிக்கு வரவில்லை என அவள் அண்ணனை லதாவின் கட்டுரை நோட்டை வாங்கி வர அனுப்பி இருந்தாள். அந்தக் கட்டுரை நோட்டை ஒரு பையில் போட்டு சுதாவின் அண்ணனிடம் கொடுத்தாள்.

"எதுக்கு பை? இல்லாட்டி கீழ போட்டுருவேனா?"

"மழகிழ பேஞ்சா அதான்..."

சிரித்தபடி சொன்னாள் லதா. லேசாக மேகமூட்டம் இருந்தது.

"சுதாவுக்கு எப்படிப் பத்திரமா நோட்டு புத்தகமெல்லாம் வச்சிருக்கணும்னு சொல்லிக் கொடுப்பா. அவ பையைக் கொட்டினா பழைய பேப்பர் கடை மாதிரி இருக்கு."

லதா முறுவலிக்க, சுதாவின் அண்ணன் விடைபெற்றான்.

உள்ளே இருந்து சாளரத்தின் வழியே பார்த்துக்கொண்டிருந்த லதாவின் அம்மா முகம் சிவக்க பத்திரகாளியாகவே காட்சி அளித்தார்.

"அவன்கூட என்னத்துக்கு இளிச்சுக்கிட்டே பேசுன?"

"ஏம்மா, அவங்க என் அண்ணன் மாதிரி?"

"நீ சொன்னா ஊரு அப்படியே கேக்கும் பாரு... மீசை எல்லாம் மொளச்சிருக்கு அவனுக்கு, இனிமே அவ அண்ணனை எல்லாம் அனுப்பக்கூடாதுன்னு சொல்லிரு."

ஆவேசமாகத் தொடர்ந்து கட்டளைகளை இட்டுக்கொண்டே இருந்தார். பொங்கி வந்த அழுகையை அடக்கிக்கொண்டு வேகமாக மொட்டை மாடிக்கு விரைந்தாள் லதா. யாருக்கும் கேட்காத இடத்தில் நின்றுகொண்டு புலம்பித் தள்ள ஆரம்பித்தாள்.

"ஏன் இந்த அம்மாவுக்கு அறிவில்ல, சுதாவுக்காக வந்த அவங்க அண்ணன் நோட்டு கேட்டான், கொடுத்தேன். அவ்ளோதானே! அவனுக்கு மீசை இருந்ததுக்கு நான் என்ன செய்ய முடியும்? அதுவும் ஊரு கேக்குமாம் ஊரு, பெரிய ஊரு, வெளக்கமாத்த எடுத்து சாத்தாம..."

அரைமணி நேரம் மெல்லிய குரலில் திட்டித் தீர்த்த பின் சற்று ஆசுவாசமானாள் லதா. இது மாதிரி எத்தனையோ சம்பவங்கள் அவளை ரணப்படுத்தி இருக்கின்றன.

'இப்படி ஏன் உட்கார்ந்திருக்க, இந்த மாதிரி உடை உடுத்தாத, அவன் யாரு, அங்கெல்லாம் நிக்காத, அவங்க வீட்டுக்குப் போகாத, அதுங்ககூடச் சேராத, அந்த பய பார்வை சரியில்லை, அநாவசியமா பேசாத, சும்மா மாடிக்குப் போகாத, தனியா கடைக்குப் போகாத, தம்பியைத் துணைக்குக் கூட்டிட்டுப் போ, அவங்க கொடுத்தா எதுவும் வாங்காத, இதைத் திங்காத, இங்க இருந்து எதையும் எடுத்து என்னைக் கேக்காம கொடுக்காத, இன்னைக்கு மொத நாளு தலைல தண்ணி ஊத்தாம எப்படி மத்த சாமானைத் தொடுவ, முடிஞ்சிடுச்சுன்னா தலைக்கு ஊத்தி முடிக்காம சாமி ரூம்க்குள்ள ஏன் போன, இனிப்பு அளவா சாப்பிடு, காலை அகட்டி உக்காராத, இனி இந்த பனியன்லாம் போடாத' என்று ட்ரில் மாஸ்டர் கணக்காக விசில் ஊதாமல் அறிவுரைகளைச் சகட்டு மேனிக்குச் சொல்லிக்கொண்டே இருப்பார். ஆவேசமாக அவர் ஆணையிடும்போது பணியாவிட்டால், இன்னும் உக்கிரம் ஆவார். உள்ளுக்குள் என்ன கணக்கு ஓடுகிறது என்று கணிக்கும் திறனற்றவளாக இருந்தாள் லதா.

ஆணைகளுக்குக் கீழ்படிந்து நடந்து வாழப் பழகிக் கொண்டிருந்தவள், பத்தாம் வகுப்பு வந்துவிட்டாள். ஒருநாள் இப்படியான ஆணைகளில் ஒன்றை மீறி நடந்தவளை அடிக்கக் கையை ஓங்கினார் அம்மா. ஓங்கிய கையைத் தனது கைகளால் தடுத்து நிறுத்திய லதாவை ஒன்றும் செய்ய இயலவில்லை. தன்னை மீறி வளர்ந்துவிட்டாள். இனி தன் மரியாதையைக் காப்பாற்றிக்கொள்ள வேண்டும் என நினைத்தார் அம்மா.

அதன் பின் கட்டளை இடுதல் நடக்கவில்லை. மாறாக ஓரிரு வார்த்தைகளில் வேண்டுகோள் விடுக்க ஆரம்பித்தார். ‘ஆறு மணிக்குள் வீட்டுக்கு வந்து விடு’, ‘இந்தக் கோயிலுக்குப் போக வேண்டும்’ என்பது மாதிரி.

இவைதாம் சமீபமாக அம்மாவின் மீதான கேலிக்கு காரணங்களா அல்லது வீட்டில் எதிர்த்துப் பேசாத எளிதான மனுஷி என்பதால், அம்மாவைக் குறிவைத்து லதா கிண்டல் செய்து பேசினாளா என்பது குழப்பமான கேள்வி. ஆனால், அவளின் தம்பியும் அப்பாவும்கூட இணைந்தே நக்கலடித்து சிரித்தது ஏன் என்று புரியவில்லை. இப்போதெல்லாம் கோபப்படாமல் பக்குவமாகப் பதிலைச் சொல்லிவிட்டு, தன் செயலைச் செய்து கொண்டிருக்கும் அம்மா, லதாவை மிகவும் ஆச்சரியப்படுத்தினார்.

உறவினர் வீட்டுத் திருமணங்களில் கலந்துகொள்வதைத் தவிர்க்கும் லதாவை, கெஞ்சிக் கூத்தாடி கூட்டிக்கொண்டு செல்வார். இவளுக்கே விசித்திரமாக இருக்கும், எப்படி எல்லாம் விரட்டிய அம்மா இப்போது இப்படி ஆகிவிட்டார் என.

அம்மாவும் இவள் இப்படித்தான் பேசுவாள் எல்லோரும் சிரிப்பார்கள் எனத் தயாராக இருப்பதால் கண்டுகொள்வதில்லை. பழகிப் போய்விட்ட குத்தல் பேச்சு அமிலமாக இருந்தாலும் எரிவதில்லை போலும்.

சதா ஏதாவது வேலையை இழுத்துப் போட்டுக்கொண்டு பார்ப்பார். இரவு படுக்கையில் அமிர்தாஞ்சனைக் கையில் எடுத்து கை, கால், இடுப்பில் தேய்த்துக் கொள்வது அவரின் வாடிக்கை. அமிர்தாஞ்சனை நுகர்ந்தால் அம்மாவின் வாசனை.

பிறந்து நினைவு தெரிந்த நாள் முதல் இன்று வரை வெவ்வேறு முகங்களைக் காட்டிக்கொண்டே வந்துள்ள அம்மாவை அவளால் முழுமையாகப் புரிந்துகொள்ள முடிந்ததே இல்லை.

முனைவர் படிப்பெல்லாம் படிக்க விடவில்லை குடும்பத்தில். அவளின் அப்பா விருப்பப்படி மின்வாரியத்தில் பொறியாளராக வேலை செய்யும் மாப்பிள்ளையை மணந்து குடும்பத்தலைவியானாள் லதா. அடுத்தடுத்து இரண்டு பிள்ளைகள். சிசேரியன். குழந்தைகள், கணவனைக் கவனித்துக்கொள்ள பொழுது போதாமல் ஓடிக் கொண்டிருந்தன நாட்கள். இப்போதும்கூடக் கொஞ்சம் உடல்நிலை சரியில்லாமல் போனால், அம்மா வந்துவிடுவார்.

முழுமையாகச் சமைத்துப் போட்டுக் கவனித்துக்கொள்வார். ஓய்வு வேண்டும் என அவர் வாய் சொல்லி லதா கேட்டதில்லை. தம்பி மனைவியும் வேலைக்குச் செல்பவளாக அமைந்துவிட்டதால் அங்கும் வீட்டு வேலைகளை அவரே தொடர்ந்து செய்தார். அதில் எள் அளவும் சலித்துக்கொண்டதில்லை. ஓய்வுபெற்ற அப்பாவோடு மாலை நேரத்தில் அருகில் உள்ள மைதானத்துக்குள் நடைபயிற்சி செய்வார். வேறெங்கும் போவதில்லை.

தம்பியை அவர் கடிந்து பார்த்ததாக நினைவில் இல்லை. எல்லாக் காலகட்டங்களிலும் அவன் மீது நேசமாக மட்டுமே இருந்திருக்கிறார். பெரிதாக ஆணைகள் இட்டதில்லை. குறிப்பாக அவன் விருப்பத்துக்கு மாறாக நடந்து கொண்டதில்லை. ஆரம்பத்தில் இருந்தே வேண்டுகோள் விடுக்கும் தோரணையில்தான் அவனிடம் பேசுவார். இப்போது வரை அப்படித்தான் இருக்கிறார். ஆனால், லதாவிடம் மட்டும் குறிப்பிட்ட காலகட்டத்தில் வந்து சென்ற கிரகணம் என நினைத்துக்கொள்வாள். என்ன குணம் இது... பெற்ற தாய் என்றெல்லாம் யோசிக்காமல் பதிலுக்குப் பதில் ‘உன்னை என்ன செய்கிறேன் பார்’ என நடந்துகொண்டதை நினைத்தால் லதாவின் மனம் வெதும்பும். அவரது இடத்தில் ஏன், எதற்காகச் செய்கிறார் என்பதைப் பற்றி சற்றும் ஆராயாமல் மூர்க்கத்தனமாக என்றோ ஏறிய கோபத்தைத் தணித்துக்கொள்ள கையாண்ட வழிமுறை தவறு என்கிற அளவில் மட்டும் லதாவின் புரிதல் தற்சமயம் இருக்கிறது.

நாற்பதை நெருங்குகிறது லதாவுக்கு. இன்று தொடர்ச்சியாக இருமிக்கொண்டிருந்தபோது உள்ளுணர்வு உந்த அவளது நைட்டியின் பின்புறத்தைத் தடவிப் பார்த்தாள். ஈரமாக இருந்தது.

இடம் பொருள் ஏவல்

வெளியே பட்டாசு சத்தம் இடைவிடாமல் கேட்டபடி இருந்தது. செல்லூரில் மருதுபாண்டியர் சாலையை ஒட்டிய குறுக்கு சந்தில் வரிசையாக இருந்த ஏழெட்டு வீடுகளில் தனத்துடையது மூன்றாவது.

தீபாவளி அன்று தவறாது வெடி வெடிக்க ஒரு கூட்டம் இருந்துகொண்டேதான் இருக்கும். பெரும்பாலும் அதற்கு காலையில் சமைக்கும் வேலையோ வீட்டைச் சுத்தப்படுத்தும் பணியோ இருந்திருக்காது. தூங்கி எழுந்து எண்ணெய்த் தேய்த்துக் குளிப்பதையே பெரிய வேலையாகச் செய்யும். அதன்பின் புத்தாடையை உடுத்திக் கொண்டு பட்சணங்கள் தின்னும். அதே கையோடு வெளியே வந்து வெடி வெடிக்கும். அலுத்தால் உள்ளே சென்று தொலைக்காட்சிப் பார்க்கும். அது சலித்தால் மீண்டும் வெடி.

தனத்தின் ஒரே மகளைக் கட்டிக் கொடுத்து அவள் வாடிப்பட்டியில் கணவனுடன் வசிக்கிறாள். பேரன் தவழ ஆரம்பித்திருக்கிறான். தனத்தின் கணவர் மளிகைக் கடையில் வேலை பார்த்தவர். ஐம்பது வயதிருக்கும். காது கேட்பது மந்தமாகி ஒரு கட்டத்தில் சுத்தமாகக் கேட்கும் திறன் போய்விட்டது. சில மாதங்களுக்கு முன் வந்த

டெங்கு காய்ச்சலால் உடல் பலவீனமாகி இருந்தார். தொடர்ந்து பத்து நிமிடங்களுக்கு மேல் நின்றால் கால் மூட்டுக்கள் வலிக்க ஆரம்பித்தன. எனவே, வீட்டில் இருந்தபடி வீட்டு வேலைகளைப் பார்த்துக்கொண்டிருந்தார்.

தனம் மேலமாசி வீதியிலுள்ள பிரபல ஜவுளிக்கடையில் விற்பனைப் பிரிவில் வேலை பார்க்கிறாள். வயது நாற்பதை நெருங்குகிறது. நேற்று தீபாவளிக்கு முந்தைய தினமாதலால் இரவு பத்து மணி வரை வேலை. நின்றுகொண்டே பார்க்கிற வேலையில் நேற்று கூட்டம் ஜாஸ்தி. அங்கே உள்ளே இருந்த மேல்நாட்டுப் பாணியில் அமைந்த கழிப்பறை சற்று ஆசுவாசம் தரும் இடமாக இருந்தது தனத்துக்கு. யார் யார் கழிப்பறைக்குச் சென்று எத்தனை மணி நேரத்தில் திரும்புகிறார்கள் என்பதைச் சமீபத்தில் கணக்கெடுக்க ஆரம்பித்திருக்கிறாள் ஒருத்தி. கழிப்பறைக்குச் சென்று பத்து பதினைந்து நிமிடங்கள் வரை உட்கார்ந்துவிட்டு வருவார்கள் சிலர். இவள் எத்தனை முறை என்றெல்லாம் கண்காணிப்பதோடு, குனிந்து கையில் இருந்த குட்டி நோட்டில் எழுத ஆரம்பித்த பின், அப்படிச் செல்வதைக் குறைத்துக்கொண்டனர். தண்ணீர் குடித்தால்தானே சிறுநீர் வருகிறது எனத் தொண்டையை நனைக்கும் அளவுக்கு மட்டும் ஓரிரு மடக்குத் தண்ணீரை அருந்தினர் சிலர். இப்படிப் பழகி இருக்காத தனத்துக்கு கீழே எரிய ஆரம்பித்தது. சிறுநீர் கழித்த பின்னும் தொடர்ந்து வெகு நேரம் இருந்தது எரிச்சல். இரண்டு நாட்களாக இதே நிலை. நாளை விடுமுறை நிறைய தண்ணீர் குடித்துக்கொள்ளலாம் எனத் தாங்கிக்கொண்டிருந்தாள். கடந்த நான்கு நாட்களாகவே கூட்டம் அப்பியது. காலையில் இருந்து தொடர்ந்து நின்றுகொண்டே, துணிகளை விரித்துக் காட்டியது, விலையைப் பார்த்துச் சொன்னதில் கடும் அசதி. கை கால்களில் வலி பின்னியது. இன்று கூடுதலாக இரண்டு மணி நேரம் தூங்கலாம் என்றால் பட்டாசு சத்தம்.

பெருமாள் வாங்கி வந்த பால் பாக்கெட்டைத் துண்டித்து பாலைக் காய்ச்சி, தேநீர் தயாரித்துக்கொண்டிருந்தார். தண்ணீர் குடிக்காமல்கூட வாழ்ந்துவிடுவார். இரண்டு மணி நேரத்துக்கு ஒருமுறை தேநீர் இல்லாவிட்டால் அவருக்கு உலகமே இயங்காது.

எழுந்து உட்கார்ந்தவளிடம் ஒரு தம்ளரை நீட்டினார். எடுத்துப் பருக ஆரம்பித்தவளுக்குக் கீழே எரிச்சல் ஜாஸ்தியானது. தேநீரை

அப்படியே கீழே வைத்துவிட்டாள். அவள் முகத்தைக் கவனித்து, நீச்சத் தண்ணியைக் குடிக்கப் பரிந்துரைத்தார் பெருமாள். அந்த யோசனை அவளுக்கும் சரியெனவே பட்டது. பழைய சோற்றில் ஊற்றி வைத்த தண்ணீரை, கையால் கலக்கிப் பிழிந்து சின்னக் கிண்ணத்தில் ஊற்றினார். துளி கல் உப்பைக் கலந்து கொடுக்க வாய் எடுக்காமல் குடித்து முடித்தாள் தனம்.

கறிக்கடைக்குச் சென்றுவரச் சொல்லி முன்னூறு ரூபாயை பெருமாளிடம் கொடுத்தவள், வாசலுக்கு வந்தாள். ஐந்துக்கு ஐந்து என்ற அளவில் இருந்த இடம் முழுவதும் வெடி வெடித்த காகிதங்கள் கிடந்தன. அப்படியே அள்ளிக் குப்பைக் கூடையில் போடவேண்டும். குறுக்கு வலித்தது. நீர் தெளித்துக் கோலமிட்டாள். நீராகாரம் அவரைச் சற்றுத் தெம்பாக்கியது. அடுத்து சமைக்க ஆக வேண்டியதைப் பார்க்க வேண்டும். வெங்காயம் உரிக்க உரிக்க கண்ணீர் வந்தது. மசாலா சாமான்களைச் சேர்த்து வதக்கி ஆற வைத்தபோது பெருமாள் கறியோடு திரும்பி இருந்தார். அதைக் கழுவி குக்கரில் வேக வைத்தாள். இளைப்பாறிக் கொண்டிருந்த பெருமாளின் தலையிலும் தன் தலையிலும் கொஞ்சம் நல்லெண்ணெய்யைத் தடவிக் கொண்டாள். இன்னொரு அடுப்பில் சுடு தண்ணீர் காய ஆரம்பித்தது.

செல்பேசியில் மகள் அழைத்துப் பேசினாள். பத்து நிமிடங்களில் ஒருவர் மாற்றி ஒருவர் குளித்து, புத்தாடை உடுத்தி இருந்தனர். கைப்பிடி அளவு ஊற வைத்திருந்த உளுந்தை மிக்ஸியில் அரைத்து ஆறு வடைகள் சுட்டு, காமாட்சி விளக்கின் பக்கத்தில் வைத்து சாமி கும்பிட்டனர். கல் அலமாரியின் மேற்பகுதியில் லட்சுமி, பிள்ளையார், முருகன் படங்கள் காலண்டரிலிருந்து கத்தரித்து வைக்கப்பட்டிருந்தன.

கடையில் வாங்கிய மாவில் ஊற்றிய இட்லிகளை, கறிக்குழம்பில் தொட்டுச் சாப்பிட்டனர். வெளியே வெடி சத்தம் அதிகரித்தது. இப்போது தனத்துக்கு தலைவலி புதிதாக உருவானது. சாதாரண வெடிகளாக இல்லாமல் பெரிய சத்தத்தோடு வெடித்தது இதயத்தை அதிரச் செய்தது. படபடப்பாக வந்தது. காது கேட்காததால் அவளின் கணவர் பாயை விரித்து உறங்க ஆரம்பித்திருந்தார். வெளியே வந்தாள் தனம். கோலமிட்ட வாயில் முழுவதும் வெடியிலிருந்து வெளியேறிய தாள்கள் இறைந்து கிடந்தன. கோபம் தாங்க முடியவில்லை.

“அவெ அவெ அவெ அவெ வீட்டுக்குள்ள வெடி வெடிங்கடா.... வீட்டில செத்த நிம்மதியா தூங்க முடியல. பேய், பிசாசு மாதிரி சத்தம் வேற. தலைவலி கொல்லுது. எடுவட்ட பயலுகளா... இதில கோலம் பூரா இந்த காகித எளவு வேற...”

வாசல் கதவு பக்கத்தில் இருந்த குப்பைக்கூடை நிரம்பி இருந்தது. வெடித்த தாள்களை முறத்தில் அள்ளி எடுத்துப் பக்கத்து வீட்டு வாசலில் போட்டுவிட்டு உள்ளே வந்துவிட்டார். எதுவும் பேசாமல் பார்த்துக்கொண்டு நின்றனர் இரு பையன்களும். இருவருக்கும் பதினான்கு, பதினைந்து வயதிருக்கும். கையிலிருந்த வெடிகளையும் பத்தியையும் உள்ளே கொண்டு சென்றனர். அதன் பின் வெளியே வரவில்லை. அவர்களின் அம்மா துணையோடு வெளியே வந்தபோது மணி நான்கு இருக்கும். கையில் இருக்கும் மீதி வெடிகளைப் போட்டே தீர வேண்டும் என்கிற உறுதியோடு இருந்தனர். ஆனாலும், கிள்ளிய திரியில் பத்தியைப் பற்ற வைக்க தயக்கம். எப்போது பக்கத்து வீட்டுக் கதவு திறக்குமோ என்கிற அச்சம்.

“வெடியைப் போடுங்கடா... நான் இருக்கேன்ல. சும்மா ஒண்ணுமில்ல, வாடகை குடுத்துதான் இருக்கோம். இது நம்ம வீடு. ம்ம், பத்திய வைடா...”

தூங்கி எழுந்திருந்த தனத்துக்கு உடம்பு கலகலவென்று இருந்தது. பெருமாள் தொலைக்காட்சியில் ஏதோ பார்த்துக் கொண்டிருந்தார். நாளையும் கடைக்குச் செல்ல வேண்டாம் என்பது அவளை இன்னும் தெம்பாக உணர செய்தது.

வெளியே பேசிக்கொள்கிற சத்தத்தைக் கேட்டாள். அப்போது தான் கடந்த சில மணி நேரம் அந்தப் பையன்கள் வெடிப்பதற்கு ஓய்வு கொடுத்திருந்தது தனத்துக்கு நினைவுக்கு வந்தது. இல்லாவிட்டால் இவ்வளவு நேரம் தூங்கி இருக்க முடியாது. ‘அதான் அரசே இன்னின்ன நேரத்தில்தான் வெடிக்க வேண்டும் எனச் சொல்லிவிட்டதே... பிறகும் ஏன் இப்படி இம்சை? இவர்களை யார் பட்டாசுவிட வேண்டாம் எனச் சொன்னது? உடல்நிலை சரியில்லாமல் இருக்கும் அக்கம்பக்கத்தினரை அனுசரித்து காசைக் கரியாக்க வேண்டியதுதானே’ என்று தனக்குள் சொல்லிக்கொண்டார்.

"நல்ல நாளு பெரிய நாளுன்னா ஊரு உலகம் எப்படிக் கொண்டாடுதோ அப்படிக் கொண்டாடத்தான் செய்வாக. உன் வீட்டில வெடி போட பயலுக இல்லன்னா ஊரில ஒருபய வெடிக்கக் கூடாதா? இதில குப்பையை வேற அள்ளிக்கொண்டு வந்து எங்க வாசலில கொட்டிட்டுப் போய் இருக்க... தூ, நீயெல்லாம் ஒரு பெரிய மனுஷி..."

"மல்லாக்க படுத்திட்டுத் துப்புடி. கவுர்மென்ட்டு இந்த நேரத்திலதான் வெடிக்கணும்னு கரடியா கத்துதே... டிவில பார்க்கல நீ? எதுக்கு சொல்லுது... முடியாதவக, வயசானவக, குழந்தைப் பிள்ளைகளுக்குச் சத்தம் இம்சைன்னுதானே? அதுவும் உம் பயலுக வெடிக்கிற வெடி ஒண்ணு ஒண்ணும் இடி மாதிரி இறங்குது வீட்டுக்குள்ள. நாங்க எதுக்குத் தாங்கிக்கணும், தலையெழுத்தா?"

"வாங்கி வெடிக்க வக்கு இருக்கு, வெடிக்கிறோம். ஏலேய், வெடியைப் போடுங்கடா!"

"போடுங்கடா போடுங்க. நூறுக்கு போன் போடுறேன், போலீசு வரும். ஓ வக்கை அங்க காட்டுடி."

போலீஸ் என்றதும் எதிர்தரப்பு சற்று அமைதியானது போல தெரிந்தது. போன தீபாவளி நேரத்தில் இது மாதிரி நேரத்தில் பட்டாசு வெடித்ததாகப் பலரையும் கைது செய்ததோடு, அபராதமும் விதித்த செய்தி நினைவுக்கு வந்திருக்கும் போல. உள்ளே பெருமாள் அயர்ந்து தூங்கிக்கொண்டிருந்தார்.

அங்கு நிலவிய சில நிமிட மௌனத்தைக் கலைப்பது போல 'ஒன்பது கோளும் ஒன்றாய் காண பிள்ளையார்பட்டி வரவேண்டும்' பாடல் ஓங்கி ஒலிக்க ஆரம்பித்தது.

சந்தில் வரிசையாக இருந்த வீடுகளுக்கு நேர் எதிரே இருந்த வீட்டின் பின்புறம் பெரிய வீடு. அதன் கொல்லைப்புறம் நல்ல அகலமானது. வீட்டின் முன்பகுதி அரண்மனையை ஒத்தத் தோரணையில் இருக்கும். வீட்டின் உச்சியில் இரண்டு குழாய்கள் கட்டப்பட்டு பாடல்கள் ஒலிக்க ஆரம்பித்தன. திருவிழா, கொண்டாட்டம் என எது வந்தாலும் அவர்களின் இந்தப் பாடல் சேவை கட்டாயம் இருக்கும். மொட்டை மாடியின் உச்சியில் இதற்காகவே நிறுவப்பட்டுள்ள இரும்புக் கம்பத்தில் ஒலிப்பெருக்கிகளைக் கட்டி பாடல்களை அலறவிடுவர். அவர்களின் வீட்டுக்குள்ளே சாதாரணமாகக் கேட்கும். வெளியே

அலறும். அவர்களைப் பொறுத்த வரை மகிழ்ச்சி என்றால் அவர்கள் வீட்டில் ஒலிக்கும் பாடல்களை ஏரியா முழுவதும் கேட்கச் செய்வது. சாமி பாட்டு முடிந்து அடுத்து சினிமா பாட்டு வந்துவிடும். இதை யாரும் புகார் சொல்வதில்லை. சொன்னால் செல்லுபடியாகாது என்று தெரியும்.

அந்த வீட்டில் சிறுவயதில் பாட்டுக் கேட்க ஏங்கியவர் யாரும் இருந்து இப்படி எல்லா விசேஷ நாட்களிலும் பாட்டுப் போட்டு ஊரைக் கொல்லும்படி சத்தியம் வாங்கிக் கொண்டார்களோ தெரியவில்லை. சத்தியத்திற்குக் கட்டுப்பட்ட மாதிரி ஒவ்வொரு விழாவின் போதும் பாடல்களைத் தெறிக்க விட்டுக்கொண்டிருந்தார்கள்.

ஆயுத பூஜை, பொங்கல், அழகர் ஆற்றில் இறங்குவதற்கு பாட்டுப் போட்டவர்கள், சமீபமாக தீபாவளிக்கும் ஆரம்பித்திருக்கிறார்கள். 'மாலை நாலு மணியாகிவிட்டது, தப்பித்துவிட்டோம்' என நினைத்த வீடுகளைத் தொட்டு விளையாடிக்கொண்டிருந்தன பாடல்கள். ஊரையே பாட்டால் மகிழ்விக்கிறோம் என்கிற மிதப்பில் அந்தப் பெரிய வீடு இருந்தது. எப்படியும் இரவு பத்து மணி வரை இம்சிப்பார்கள். பத்து மணி என்பதில் அரசு சொன்னபடி சரியாக நடந்துகொள்வார்கள்.

அக்கம்பக்கம் இருந்தவர்கள் காதுகளில் அந்த நாட்களில் பஞ்சை வைத்து வாழப் பழகிக்கொண்டனர். சிலர் வெளியூர் நண்பர்கள் வீடு எனத் தஞ்சம் புகுவர். கரை வேட்டிக் கட்டி இருப்பவர்களிடம் எதுவும் வைத்துக்கொள்வதில்லை அவர்கள்.

பக்கத்து வீட்டுப் பெண் இரண்டு பையன்களோடு உள்ளே போய்விட்டாள். நின்றுகொண்டே இருந்தார் தனம். அடுத்த பாடல் கூடுதல் ஒலியோடு ஒலித்தது. மீண்டும் தலைவலிக்க ஆரம்பித்தது. பேரனைப் பார்க்கப் போகலாமா என்ற யோசனையும் வந்தது.

பிராப்தம்

அவனேதான். ரமணா மெஸ்ஸுடன் ஒட்டியிருந்த காபிக் கடையில் கண்ணாடி தம்ளரைக் கையில் பிடித்தபடி யாருடனோ தீவிரமாக பேசிக் கொண்டிருந்தான். பத்து வருடங்களுக்கு முன் பார்த்த மாதிரி அப்படியே இருக்கிறான். தலைசீவல்கூட அன்றைக்குப் பார்த்தது போலவே இருந்தது. என்ன எண்ணெய் தலைக்குத் தேய்க்கிறான் என விசாரிக்கச் செய்யும் கருகரு அடர் கேசம். வகிடெதுவும் எடுக்கவில்லை. அசையாமல் ராணுவ ஒழுங்குடன் நின்றுகொண்டிருந்தன மயிர்க் கால்கள். சின்ன நெற்றியில் விபூதிக் கீற்று. மூக்கிற்குக் கீழே ஓரங்களில் சற்று மேல் நோக்கி இருக்கும் அடர் மீசை. மாநிறத்தில் அதே அழகு. திரும்பப் பார்க்கும் ஆவல் உந்தியது. கையில் வைத்திருந்த இட்லி பார்சலுடன் காபிக்கான டோக்கனை கவுண்டரில் வாங்கினேன். பித்தளை வட்டைக்குள் நிற்கும் தம்ளரில் வழியும் ஆவிப் பறக்கும் காபியுடன் அடித்துப் பிடித்து அவனைப் பார்க்க வாகாக நின்றால், எதிரில் இருந்த சாலையில் வாகனங்கள் நிதானமாகக் கடந்துகொண்டிருந்தன. இப்போது பத்தடிக்கும் குறைவான தூரத்தில் நின்று கொண்டிருந்தான் ராகவன். கால்வாசி காபியை நான் காலி செய்த பின்தான் என்னை எதேச்சையாகப் பார்த்தான்.

முகத்தில் தீவிரம் கூடியது. வேகவேகமாக குவளையைக் காலி செய்தான். எதிரில் நின்றவரிடம் எதையோ சொல்லிவிட்டு விருட்டென காணாமல் போனான். அவன் போன திசையைப் பார்த்தபடி மீதி காபியை குடித்துவிட்டு வண்டியை எடுத்தேன். கடுப்புடன் பாதி காபியை விட்டுவிட்டு வரும் சுவையில் காபி இல்லை என்பதைச் சொல்லியே ஆகவேண்டும்.

விடுமுறை நாட்களில் அம்மா வீட்டிற்கு குழந்தைகளுடன் மதுரைக்கு வருவது வழக்கம். தோதாக திண்டுக்கல்லில் இருந்து மதுரைக்கு தினசரி ஓடியது பாசஞ்சர் ரயில். இன்று சின்னவளுக்கு வயிற்றுக்கு குணமில்லாததால் இட்லி வாங்க ரமணா மெஸ்சுக்கு வந்தேன்.

பத்து வருடங்களுக்கு முன் இதே விஸ்வநாதபுரத்தில் எங்கள் இல்லத்துக்கு இரண்டு வீடு தள்ளியிருந்த வீட்டுக்கு உறவினராக வந்தவன் ராகவன். மேலூரில் அவன் வீடு இருந்தது. பீபீ குளத்தில் உள்ள அரசு உயர்நிலைப்பள்ளியில் அறிவியல் வாத்தியார் வேலை கிடைத்ததாகத் தகவல். தினசரி வந்து செல்வது கடினம் என்பதால், பக்கத்திலிருந்த சித்தியின் வீட்டில் தங்கியிருந்தான்.

எத்தனையோ முகங்களைக் கடந்து வந்திருந்தாலும் சில முகங்கள் ஒரு முறை பார்த்தாலும் ஆயுளுக்கும் நினைவிருக்கும். அப்படியான முகம் அவனுடையது. அவர்கள் வீட்டில் சுட்ட முறுக்கை எடுத்துச் செல்வது, அவன் சித்தியின் மகள்களோடு வம்பாக வாயாடுவது, சித்தியை, 'அத்தை அத்தை' எனச் சொல்லி, ஒவ்வொரு வாக்கியத்தையும் முடிப்பது எனக் கவனத்தைக் கோருவதற்கான அத்தனைப் பிரயத்தனங்களையும் செய்துகொண்டிருந்த காலம். அவனோ நாளைதான் தன் தலைவிதியை நிர்ணயிக்கும் தேர்வு நடக்கப் போகிற முனைப்பில் புத்தகங்களைப் புரட்டுவான். என்னவோ எழுதுவான். அத்தனையும் மீறி என் மீதெறியும் ஒரு நொடிப் பார்வையை வாங்கிக்கொள்வதில் கொள்ளை நிறைவு இருந்தது அந்த நாட்களில்.

"சார், நீங்க ட்யூசன் எடுப்பீங்களா? நானும் பிஎஸ்ஸி பிசிக்ஸ்தான் படிக்கிறேன்!"

"எங்க அண்ணனை எதுக்கு வம்புக்கு இழுக்கிறக்கா, அது பாவம்!"

ஏழாவது படிக்கும் கலா சொல்ல, விமலாவோ சிரித்துக் கொண்டிருந்தாள். அந்த ஜீவனோ கூடுதலாக இரண்டு நொடிகள் என் கண்ணைப் பார்த்துவிட்டு மீண்டும் புத்தகத்துக்குள் நுழைந்தது.

இன்னொரு நாள். வெள்ளிக்கிழமை என நினைவு. ரிசர்வ்லைன் மாரியம்மன் கோயிலில் பிரகாரத்தைச் சுற்றிவிட்டு அம்மனை தரிசனம் செய்ய வரிசையில் நின்றால், எனக்கு முன்னால் ராகவன். அதுவும் தனியாக. உள்ளுக்குள் இருந்த அத்தனை செல்களும் உற்சாகம் பொங்க ஆடின. மெல்லிய பதற்றத்துடன் கூடிய அளவற்ற கொண்டாட்ட உணர்வை அனுபவிக்க அனுபவிக்க மனம் கிறங்கித்தான் போய்விடுகிறது. அந்தக் கிறக்கம் தரும் சுகம் மீண்டும் மீண்டும் வேண்டுமெனக் கேட்டது மனம். பர்ஸில் செருகப்பட்டிருந்த கண்ணாடியில் முகத்தைப் பார்த்தேன். நல்ல வேளையாக இன்று தலைக்கெல்லாம் குளித்து புத்துணர்ச்சியோடு இருந்தேன். முகத்தின் இரண்டு பக்கங்களிலும் சிற்சில முடிக்கற்றைகள் எடுத்துவிட்டது தெரியாதது மாதிரி பறந்துகொண்டிருந்தன. வெகு பிடித்தமான கனகாம்பரப்பூ வண்ணச் சேலை. கூந்தலின் நீளத்துக்குத் தொங்கிக்கொண்டிருந்த மல்லிகைச் சரம். தன்னம்பிக்கையோடு நிற்க வரிசை நகர்ந்தது.

“என்ன ராகவா... கலா, விமலா வரலையா?”

“கொஞ்சம் மரியாதை கொடுக்கிறது...”

வெடுக்கென பதில் சொல்லும்போது சுவரில் வரையப்பட்டிருந்த ஓவியங்களைப் பார்த்துக்கொண்டிருந்தன ராகவனின் கண்கள்.

“கொஞ்சம் முகத்தைப் பார்க்கிறது!”

அவ்வளவுதான் பக்கவாட்டில் தெரிந்த முகம் மறைந்தது. இது என்ன இப்படித் தொட்டாச்சிணுங்கியாக இருக்கிறானே என எரிச்சல் மண்டியது. அதற்குள் வரிசை நகர தீபாராதனையைக் கைகளில் ஒற்றிக் கண்களில் வைத்துவிட்டு, விபூதியை எடுத்து முன்னால் நகர்ந்தான். நான் கூடுதல் நேரமெடுத்து நின்று அம்மனிடம் பேசிக்கொண்டிருந்தேன். இது மாதிரியான நிராகரிப்புகள் நம் தோற்றத்தைச் சந்தேகப்பட வைத்துவிடுகின்றன.

வீட்டில் சம்பந்தம் பார்க்க ஆரம்பித்திருந்த நேரம். முகம் தெரியாத எவனோ ஒருவனுக்கு பதில் இவன் வந்தால் நன்றாக இருக்கும் என நினைத்தால், ராகவன் மிகையாக நடந்துகொள்கிறான் எனப்பட்டது. கோயிலுக்குள் கிடைத்த மலர்ச்சி, உள்ளே நுழையும்

முன்னர் இருந்த மலர்ச்சியையும் சேர்த்து எடுத்துக்கொள்ள வதங்கிய மனதுடன் வெளியே வந்தேன்.

வழியில் இடப்புறம் நீண்ட ஆயுதப்படை மைதானம். வாலிபால் விளையாடுமிடம் வந்ததும், காந்த ஈர்ப்பு. இடது புறம் திரும்பினால் பத்துப் பதினைந்து சிறுவர்கள். இவன் பணிசெய்யும் பள்ளிக்கூட மாணவர்கள் போல. பேசிக்கொண்டிருந்தான். விடாமல் அசைந்து கொண்டிருந்தது வாய். இப்படிக்கூடப் பேசத் தெரியுமா என்பது போல நின்று பார்த்தேன். கண்டுகொள்ளாதது போல பேச்சைத் தொடர்ந்தான். சாலைக்கும் மைதானத்துக்கும் இடையே அரை கிலோ மீட்டருக்கு, நான்கடி உயரச் சுவர் நீண்டு சென்றது. கீழே பார்வையை ஓடவிட்டால் கையடக்கக் கல். ஆனது ஆகட்டும் ஒரே எறி என்கிற முனைப்போடு வலது கையில் இருந்த பர்ஸை இடக்கைக்கு மாற்றியபடி கல்லை எடுத்தேன். வலது உள்ளங்கையில் அரையடி உயரத்தில் தூக்கிப் போட்டு இரண்டாவது முறையாகப் பிடிக்கையில் பேச்சை நிறுத்திவிட்டு நகரத் தொடங்கியிருந்தான்.

ஒருவேளை இவனைப் பார்ப்பதற்காகவே கோயிலுக்கு வந்திருக்கிறேன் என நினைத்து இப்படி நடந்துகொள்கிறானோ எனச் சந்தேகம் உதித்தாலும், ‘அப்படித்தான் வந்தேன்’ என்ற பதில் சமாதானமாக இருந்தது.

ஒரு சனிக்கிழமை மாலை. தொலைக்காட்சியில் ‘பிராப்தம்’ திரைப்படம் ஓடிக்கொண்டிருந்தது. பரிச்சயமான அசைவை உணர்ந்து ஏறிட்டுப் பார்த்தேன். வாயிற்படியருகே திறந்திருந்த கதவைத் தட்டியபடி நின்றுகொண்டிருந்தான் ராகவன். சுவைத்த சர்க்கரைப் பாகு கரைந்து காணாமல் போய் பச்சை மிளகாயைக் கடித்தது போல எரிந்தது.

“வாப்பா ராகவா, உள்ள வா.” - அம்மா வரவேற்றாள்.

வரவேற்பறையில் சுற்றி இரண்டு பிளாஸ்டிக் நாற்காலிகள் கிடந்தன. எப்படியும் உள்ளே வரமாட்டான் எனத் தெரியும். நமக்குப் பிடித்தவர்களைவிட நம்மைப் பிடித்தவர்கள் முக்கியம் என்ற வசனம் நினைவுக்கு வந்தது. இவனுக்குப் பிடிக்காவிட்டால் என்ன மோசம் போனது. இவனது ரசனைக்குள் நான் வராமல் இருக்க வாய்ப்பு உண்டு தானே! வாசமாக இருக்கிற மல்லிகை சிலருக்குத் தலைவலியைத் தருகிறது என்பதற்காக மல்லிகையை குறை சொல்ல முடியுமா?

எத்தனை சமாதானம் சொல்லிக்கொண்டாலும் தீரவே தீராத ஆசை முகம். பார்க்கும் இடங்களில் எல்லாம் தான் மட்டுமே நிறைந்து இருக்கிறோம் என்பதை அறியாமல் இதோ கைக்கெட்டும் தூரத்தில் இருக்கிறது. ஹ்ம்ம்... இதிலிருந்து மீண்டு வர எத்தனை மாதங்கள் ஆகுமோ எனத் தெரியவில்லை. முதலில் மீள்வேனா என்பதே தெரியாது. புறக்கணிப்பின் புண் உருவாக்கும் வாதை கொடியது என்பதை அணுஅணுவாக அனுபவித்துக் கொண்டிருந்தேன்.

அம்மா கொடுத்த காபியைக் குடித்தவாறே சிவப்பு வண்ண பிளாஸ்டிக் சேரில் அமர்ந்திருந்தான். இதுவே அதிசயமாகப் பட்டது. கோல நோட்டில் வீம்பாக அதே புள்ளிகளை இணைத்துக் கொண்டிருந்தேன் பத்தாவது முறையாக. புள்ளிகள் மறைந்து கொண்டிருந்தன.

“சித்தப்பா வகையில கேதம்னு நாலு பேரும் உசிலம்பட்டி வரை போய் இருக்காங்க. வர ராத்திரி ஒன்பது மணிகிட்ட ஆயிருமாம். நாளைக்கு காலைல மேலூர்ல என்கூட படிச்சவன் வீடு கட்டி பால் காய்ச்சறான். நான் போயே ஆகணும். அதான் சாவியை உங்ககிட்ட கொடுத்திட்டுப் போலாம்னு வந்தேன்...”

“எனக்கும் உங்க சித்தி போன் போட்டாங்கப்பா. வர நேரமாகுன்றதால உங்கிட்ட சாவியை வாங்கி வைக்கச் சொன்னாங்க. ஆறு மணி ஆகப் போகுது. மத்தியானம் சாப்பிட்டியா இல்லையாப்பா? தோசை ஊத்தித் தரவா?”

இவன் இங்க உட்கார்ந்து பேசுவதே பெரிது. காபி குடித்ததே எப்படி எனக் கண்டுபிடிக்க முடியாதபோது, சாப்பாடாம். அத்தனை ஆர்வம் அவன் மூக்கை அறுக்கும் அழகைப் பார்க்க. அம்மாவை ரெண்டு சாத்து சாத்த வேண்டும் போல இருந்தது.

“வேணாம், வேணாம். மதியச் சாப்பாடு வாட்ச்மேன் தாத்தா ஹோட்டல்ல வாங்கிக் கொடுத்தாரு. இப்ப கிளம்பறேன்.”

எழுந்து வாசலுக்குச் சென்று செருப்பை மாட்டியவன் ஓரிரு நொடிகள் நின்றது தெரிந்தது. பின் படியிறங்கினான். முதன் முதலாக வீட்டுக்குள் வந்திருக்கிறான். கிட்டத்தட்ட பத்து நிமிடங்கள் வரை உள்ளே அமர்ந்து காபியைக் குடித்துவிட்டு, பேசிட்டுப் போயிருக்கிறான். சில அடிகள் தூரத்தில் கோலம் வரைந்துகொண்டிருந்த நான் தவறியும் தலையை நிமிர்த்தவில்லை.

ஆனால், காதுகள் கண்களுக்குரிய வேலையையும் செய்து கொண்டிருந்தன. பார்த்துக்கொண்டே இருக்கச் செய்யும் முகம்தான். ஆனால், என்னைப் பிடிக்கவில்லை என ஒதுங்கிச் செல்பவனிடம் எதற்காகத் தொங்கிக்கொண்டே இருக்க வேண்டும்? ஆனாக்க அந்த மடம், ஆகாட்டி இந்த மடம், அதுவும் இல்லாட்டி சந்தமடம். ஆனாலும் ஹ்ம்ம்...

சில நாட்கள் கழித்து...

"என்னங்க, வாத்தியார் வேலை பார்க்கிறானே ராகவன்... அந்தப் பையனுக்கு நல்ல பொண்ணு இருந்தா சொல்லச் சொல்லி அவங்க சித்தி சொன்னாங்க."

விசுக்கென்று இருந்தது. எவ்வளவு கொழுப்பு இருந்தால் என் அம்மாவிடம் பெண் பார்க்கச் சொல்வார்கள்!

"அவன் வீட்டுக்குள்ள ரொம்ப நல்ல பிள்ளையாட்டம் இருக்காம்மா, அன்னைக்குப் பார்த்தா கிரவுண்ட்ல பொடிப் பயலுகளோட ஆடிட்டு இருக்கான். வயசுக்கேத்த சகவாசம் வேணாம். ஆளும் மொகரையும். நீங்க இதை எல்லாம் இழுத்துப் போட்டுக்காதீங்க. போய் கருப்பட்டிப் பணியாரத்துக்கு மாவாட்டி சுடுறதுக்கு வழியப் பாருங்க."

"வேணாட்டி விடு, பார்க்கல. நீ எதுக்கு இத்தாந்தண்டி சத்தம் போடறே?"

உஷ்ணம் கக்கிய பேச்சு எனக்கே அந்நியமாகப்பட்டது. வேறுவழி... என் உறவுகளில் ஒருவரை இவன் மணந்துகொண்டு அடிக்கடி எதிரே பார்க்கும் கொடுமையை எல்லாம் என்னால் சகிக்க முடியாது.

பழகியவர்கள் விட்டுச் சென்ற நினைவுகளில் நல்ல தருணங்கள் மட்டும் மனதில் நிலைக்க வேண்டும் என்று நினைப்பது பேராசை.

சில மாதங்களிலே மேலூரில் அவனுக்குத் திருமணம் நடந்தது. என் பெற்றோர் அந்தத் திருமணத்துக்குச் சென்றிருந்தனர். கல்யாணப் பத்திரிகையில் மணமக்களின் புகைப்படங்களும் அச்சாகி இருந்தன. மனத்தில் மகிழ்ச்சியின் துளி. வெகு சுமாராகவே தெரிந்த பெண் என்பதைத் தனியாகச் சொல்ல வேண்டுமா, என்ன? ஆனால், இவன் பக்கத்தில் எந்தப் பெண்ணுமே சுமாராகவே தெரிவர் என்ற எண்ணமும் ஓர் ஓரத்தில் எட்டிப் பார்த்தது.

முனைவர் பட்டம் பெற்று கல்லூரியில் பேராசிரியராக இருக்கிறாள். அதற்கடுத்த மாதத்தில் என் திருமணம். திண்டுக்கல்லில் புகுந்த வீடு. பிறகு அவனைப் பார்க்கவில்லை. ராகவனுக்கு ஒரே பையன் என்கிற தகவல் எல்லாம் அம்மா சொல்லக் கேட்டுத் தெரியும்.

வீட்டுக்குள் சென்று பார்சலை எடுத்து வெளியே வைத்தேன். அம்மா பொட்டலத்தைப் பிரித்துச் சின்னவளுக்கு முன்னால் வைத்தார். வாழை இலையின் ஓரத்தில் மடித்து வைத்திருந்த தேங்காய்ச் சட்டினியை மட்டும் தொட்டுச் சாப்பிட ஆரம்பித்தாள். பெரியவள் வீடியோ கேம்ஸில் தொலைந்து இருந்தாள்.

"ரமணா மெஸ்ல ராகவனைப் பார்த்தேன்."

"......"

"அப்படியே இருக்காம்மா. எதுவும் பேசல."

"எதுக்குப் பேசணும்? எங்களுக்கு இஷ்டமில்லை வேணாம்னு ஜாதகத்தைத் திருப்பி அனுப்பிச்சவங்ககிட்ட என்னன்னு பேசணும் அவன்?"

"ஜாதகமா?"

"உன்னை அவனுக்குப் பிடிக்கப் போய்தான் ராகவனோட ஜாதகத்தைக் கொடுத்து பொருத்தம் பார்க்கச் சொன்னாங்க. உனக்குப் பிடிக்குதான்னு தெரிஞ்சுக்கதான் அப்பாகிட்ட, நம்ம சொந்தத்தில பொண்ணு இருந்தா பாக்கச் சொன்னாங்கன்னு சொன்னேன். நீ அவன் பொடிப் பயலுகளோட திரியறான்னு வானத்துக்கும் பூமிக்கும் குதிச்ச, நான் சங்கடப்பட்டுகிட்டு உள்ளூர்ல வேணாம்னு அவங்க அப்பா சொல்றார்னு சொல்லி ஜாதகத்தைத் திருப்பிக் கொடுத்திட்டேன், நல்ல பய. ஹ்ம்ம்..."

"அடிப்பாவி அம்மா, மறைமுகமா சொல்ல நீ என்ன இலக்கிய ஞானம் பொங்கி வழியற எழுத்தாளரா... நேரடியா அவன் இதைத்தான் சொன்னான்னு சொல்லி இருக்கக் கூடாதா... இப்படி என் வாழ்க்கைல விளையாடிட்டியே..."

என்னென்னவோ வார்த்தைகள் உள்ளே வரிசை கட்டி வந்தாலும் வெளியே எதுவும் வரவில்லை.

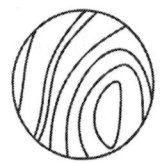

முடக்கம்

வாசலில் காலை நீட்டி உட்கார்ந்திருந்திருந்த சீதாவின் வலது காலின் பெருவிரல் மேல் விழுந்த ஒரு துளி நீர் அவளை யதார்த்த உலகுக்குக் கொண்டுவந்தது. அண்ணாந்து பார்த்தால், கரு மேகங்கள் திரளத் தொடங்கியிருந்தன. மற்றொரு துளி பெரிய அளவில் இடது காலில் விழுந்தது. கால்களை அப்படியே வைத்திருந்தாள். துளிகளின் எண்ணிக்கை அதிகரிக்க இரண்டு கால்களும் ஈரமாகின. கெண்டைக் காலுக்குச் சற்று மேல் ஏறிக் கிடந்த சேலையின் விளிம்பு, விழுகின்ற நீரைக் கடத்தி சேலையின் நிறத்தைச் சற்று மாற்றத் தொடங்கியது.

வீட்டின் முன் அறையை ஒட்டி உள்ளே இருந்த பெரிய அறையில் சீதாவின் அம்மா, கணவர் உள்ளிட்ட இரண்டு மகன்கள், மூத்த மருமகளுடன் பேரன் என சகலரும் உற்சாக மனநிலையில் இருந்தனர். குட்டிப் பையன் சுஜித்துக்கு முதல் பிறந்தநாள் இன்று. சீதாவின் இரண்டாவது பையன் சுரேஷ் பெரிய கேக் ஒன்றை குழந்தையின் பெயரைப் பொறித்து வாங்கி வந்திருந்தான். இளஞ்சிவப்பு நிறத்தில் எளிமையான வேலைப்பாடுகளுடன் இருந்ததன் மேல் ஒன்று என எழுதப்பட்ட மெழுகுவத்தியைச் செருகி, புகைப்படம்

எடுத்துக்கொண்டிருந்தான் மூத்த மகன் ரமேஷ். மருமகள் அமுதா ஒட்டப்பட்டிருந்த வண்ணமயமான பலூன்கள் புகைப்படத்தில் தெரியும்படி சரி செய்துகொண்டிருந்தாள். சுஜித்தை சீதாவின் அம்மா செல்லம்மாள் இடுப்பில் வைத்திருந்தார். பத்துக்குப் பத்து அறையை இயன்ற அளவு அலங்கரித்து இருந்தனர். உள்ளே இருந்த சமையலறையில் சீதாவின் கணவர் மும்முரமாக கேசரியில் நெய்யை விட்டுக் கிண்டிக்கொண்டிருந்தார். உணவகத்தில் சமையல் வேலை செய்பவர், விசேஷ நாட்களில் வீட்டில் இனிப்பு வகைகளைச் செய்யும் பொறுப்பை விரும்பி ஏற்றிருந்தார்.

உள்ளே இருந்த கொண்டாட்டத்தில் தனக்கு சம்பந்தம் இல்லை என்பது போல அமர்ந்திருந்த சீதா, ஏதோ நினைவுக்கு வர எழுந்தாள். வெளியே கொடியில் காயப்போட்டிருந்த உடைகளை வெடுக் வெடுக்கென எடுத்து முன்னறையில் இருந்த கட்டிலில் விசிறினாள். பழையபடி தன் ஆஸ்தான வாசல்படியில் கால்களைக் குத்த வைத்து அமர்ந்தாள். மழை வேகம் பிடிக்க ஆரம்பித்தது. சீதாவின் இளம் வயதில், மழைக்காலத்தில் பொட்டுப் பொட்டாக விழுகின்ற சிறுசிறு தூறல்கள், பலமாக விழும்போது தெரியும் வெள்ளைக் கோடுகள். அதில் தெரியும் ஒழுங்கு, அதை ஆச்சரியத்துடன் பார்ப்பது அவளுக்குப் பிடிக்கும். எப்படி இத்தனை நேர்த்தி இயற்கைக்கு என ஆசையுடன் வேடிக்கைப் பார்ப்பவளை முதுகில் லேசாக ஒரு தட்டுத் தட்டி, காயவைத்து எடுத்து வைத்திருந்த அப்பளங்களை எண்ணிக்கையிட்டு, கட்டச் சொல்வார் சீதாவின் அம்மா. உளுந்து அரிசி மாவைப் பக்குவமாக எண்ணெய் கலந்து பிசைந்து, மணக்க மணக்கக் கொடுத்து விடுவர். அதைச் சிறுசிறு உருண்டைகளாக்கி கட்டையில் மாவைக் கொட்டி வட்ட வடிவில் தேய்த்து சூரிய ஒளியில் காய வைப்பர். உடைந்த அப்பளங்களை ஒதுக்கிவிட்டு, மீதி உள்ளவற்றை எண்ணி, அடுக்கி ஒப்படைப்பர். சீதாவும் அவரின் அம்மாவும் சேர்ந்து இட்ட அப்பளங்கள், அவர்களின் வயிற்றைக் கவனித்துக் கொண்டன.

அதன் பின் மழைப்பொழிவை ரசிக்கும் மனநிலை சீதாவுக்கு வாய்த்ததில்லை. ஏதேனும் வேலை ஒன்றன்பின் ஒன்றாக மேலே விழுந்துகொண்டே இருக்க, எங்கே தூறலை ரசிப்பது? திருமணமான பின் சீதாவும் உணவகத்தில் காய்கறி நறுக்கிக் கொடுக்க, பாத்திரங்களைக் கழுவ என்று சுழன்றுகொண்டே இருந்தாள். இரண்டு பையன்களைக் கவனித்துக்கொள்ள சீதாவின் தாயார் உதவினார். சிறுகச் சிறுக சேகரித்த பணத்தில், கொஞ்சம் கடனும்

வாங்கி இந்த வீட்டைக் கட்டினர். கர்ப்பப்பை எடுத்த பின் இந்த ஓராண்டாக சீதா வேலைக்குச் செல்லவில்லை. சில மாதங்களில் அகவை ஐம்பதை நிறைவு செய்யப் போகிறாள். சமீபமாகத் தொட்டதெற்கெல்லாம் கோபம் வருகிறது. எதிராளியை அடுத்து முகத்தில் முழிக்காத அளவு திட்டுகிறது வாய். உடல் சோர்வு எந்நேரமும் வாட்டுகிறது. இனியென்ன வாழ்க்கையில் என்பதைப் போல நாட்கள் ஊர்ந்துகொண்டிருந்தன.

சீதாவின் கணவர் ஒரு கிண்ணத்தில் கொண்டு வந்திருந்த கேசரியில் ஒரு குட்டிக் கரண்டி செருகப்பட்டிருந்தது. நெய்யும் ஏலக்காயும் போட்டிப் போட்டு மணத்தன. நுகரும்போதே நாவின் சுவை அரும்புகள் படு வேகமாக வேலை பார்த்தன. கையை நீட்டி வாங்கிய சீதா அதன் சூட்டை தொட்டுத் தொட்டு ரசித்தாள்.

"எல்லாம் சரியா இருக்கான்னு பாரும்மா."

சமையல் மாஸ்டர் அவர். குறையிருக்க வாய்ப்பு இல்லை. ஆனாலும், சீதா சரியென சொல்வதுதான் அவருக்குப் பாராட்டு. ஒரு கரண்டியில் பாதியளவு எடுத்து வாயில் போட்டுச் சுவைக்க ஆரம்பிக்கையில் கண்கள் மூடியிருந்தன. அவளது முகத்தில் திருப்தி தெரிந்தது. ஆமோதிப்பாக தலையை அசைத்தபடி கிண்ணத்தை அவரிடமே நீட்டினாள். 'நீயே சாப்பிடு' எனச் சொல்லியபடி அடுப்படிக்குள் நுழைந்தார் சீதாவின் கணவர்.

ஐந்து நிமிடங்கள் சென்றிருக்கும். அனைவரும் கேக் வெட்டப் போகும் நேரம். சீதாவையும் உள்ளே அழைத்தனர். மறுத்த சீதாவின் மடியில் சுஜித்தை இறக்கிவிட்டார் செல்லம்மாள். இப்போது சீரான வேகத்தில் மழை பெய்துகொண்டிருந்தது.

"ஏம்மா இப்படிச் சம்பந்தமில்லாத மாதிரி நடந்துக்கிற, மூத்த மகன் பெத்த மூத்த பேரனுக்கு முதல் பொறந்த நாள் கொண்டாடினா, பக்கத்துல வந்து நிக்க வேணாமா?" என ஏக்கத்துடன் கேட்டான் ரமேஷ்.

"காரணம் எதுவும் இருந்தா சொல்லும்மா, காரணம் சரின்னா நானும் உன் கட்சிதான்" எனப் படபடவென சொன்னான் சுரேஷ்.

மருமகள் உட்பட மற்ற மூவரும் பேசவில்லை. சுஜித் சீதாவின் மடியிலிருந்தபடி தன் புத்தாடையில் இருந்த பெரிய பட்டன்களைப் பிடித்து இழுத்துத் துண்டிக்க முயற்சித்துக்கொண்டிருந்தான்.

மருத்துவமனைக்குச் செல்லலாமா எனக் கணவர் கேட்டதும், வேகமாக எழுந்தாள் சீதா.

கொரோனா தந்த கொடையில் ஒன்றாக ரமேஷ், சுரேஷ் இருவரின் வேலையும் பறிக்கப்பட்டிருந்தது. உணவகம் என்பதால் சீதாவின் கணவர் மட்டுமே வேலைக்குச் சென்று கொண்டிருக்கிறார். அவரும் சர்க்கரை வியாதிக்கு மருத்துவம் எடுத்துக்கொண்டிருக்கிறார். கடந்த சில நாட்களாக நிலைமை இதுதான். இதில் இந்த விழா கொண்டாட எனக் கடன் வாங்கி, அதில் வீட்டில் உள்ள அனைவருக்கும் புது உடுப்பு எடுத்து, வீட்டை அழகுபடுத்தி, விலை உயர்ந்த கேக் எல்லாம் வாங்கியதில் சீதாவுக்கு சுத்தமாகவே உடன்பாடு இல்லை.

“சரி சரி வாங்க கேக் வெட்டலாம்...”

உள்ளே எழுந்து சென்றவள் முகத்தை அலம்பி, சேலை முந்தியால் அழுந்தத் துடைத்தார். கண்ணாடியின் சட்டத்தில் ஒட்டியிருந்த அரக்கு வண்ண வட்ட ஸ்டிக்கர் பொட்டை எடுத்து புருவ மத்தியில் ஒட்டிக்கொண்டு, தலைமுடியை கைகளால் படிய வாரியபடி கேக் பக்கத்தில் வந்துநின்றாள்.

ஹேப்பி பர்த்டே பாட்டைச் சின்ன மகன் பாட, சுஜித் என வரும் போது அனைவரும் சேர்ந்துகொண்டு பாடினர். அமுதாவின் இடுப்பில் இருந்த சுஜித் மெழுகுவத்தியின் தீச்சுடரைப் பிடிக்க கைகளை மாற்றி மாற்றி நீட்டிக்கொண்டிருந்தான். ஊதச் சொன்ன போதும் முகத்தால் தொட முயற்சித்தான். அமுதாவே ஊதி அணைத்தாள். சுஜித்தின் கையைப் பிடித்தவாறே கத்தியால் சிறு சிறு துண்டுகளாக்கி ஒவ்வொருவருக்கும் கொடுத்தாள். க்ரீம் முழுக்க குழந்தையின் முகத்தில் ஒட்டி இருக்க, அதை ரமேஷ் அழகாகப் படம்பிடித்தான்.

“என்னது இது கொச கொசன்னு இருக்கு கேக்கு, இதையா மூவாயிரம் போட்டு வாங்கியாந்தீங்க?”

சலித்துக்கொண்டார் செல்லம்மாள். விருப்பமே இல்லாமல், வீணாய் போய்விடுமே என்கிற ஒற்றைக் காரணத்துக்காக வாயில் அதக்கிக் கொண்ட கேக், என்பதை அவளின் கண்கள் சுருங்கிய முகம் காட்டியது.

முற்றிலும் மழை நின்று போய் இருந்தது. நான்கு தட்டுகளில் சரி சமமாகத் துண்டித்த கேக்குகளை வைத்து, கூடவே கேசரியையும்

வைத்த அமுதா, பக்கத்து மற்றும் எதிர் வீடுகளுக்கு எடுத்துக் கொண்டு சென்றாள்.

வாசல் நிலைப்படியை ஒட்டி நின்ற சீதா வாசலில் தேங்கி நின்ற நீரைப் பார்த்துக்கொண்டிருந்தாள். பக்கத்தில் வந்து செல்லம்மாள் நின்றார்.

“இன்னமும் ஏன் இப்படி நிக்கிற சீதா?”

“இவய்ங்க நெனச்ச மாதிரியே நடத்திட்டாய்ங்கம்மா. மொத குழந்தைக்கு இப்படி மொத வருஷப் பிறந்தநாளுக்கு விமர்சையா செய்யக் கூடாதுன்னு எம்புட்டோ சொன்னேன். கண்ணு படும், நம்ம சாமிக்கு ஆகாதுன்னு என்னென்னவோ...”

“என்ன விமர்சையா செஞ்சாங்க? வெளியாள் யாரையும் கூப்பிடலேயே. வீட்டில உள்ளவங்க மட்டும் தானே. சின்னஞ்சிறுசுக அதுக மகனுக்குப் பொறந்தநாளு கொண்டாடணும்னு ஆசை இருக்காதா?” என்று பரிவுடன் சொன்னார் செல்லம்மாள்.

“எனக்குதான் ஏதோ தப்பா நடக்கப் போற மாதிரி இருக்கும்மா. கெட்ட கெட்ட கனவா வருது. பயக ராசிப்படி நேரங்காலம் சரியில்லை, ரெண்டு பேரும் வேலையைத் தொலைச்சிட்டு வந்து கிடக்கிறாய்ங்க. இதெல்லாம் கணக்குப் பண்ணிதானே வேணாம்னு சொன்னேன். எனக்கும் அவன் மொத பேரன்னு ஆசை இருக்காதா? என்னத்த சொல்ல எல்லாம் இவய்ங்க நாட்டாமையாப் போச்சு...”

தொலைக்காட்சியில் ஓடிக்கொண்டிருந்த செய்திகளைக் கேட்டுக் கொண்டிருந்த சீதாவின் கணவர், வெளியே சென்றுவிட்டு வருவதாகக் கிளம்பினார். இனிப்பை வழங்கிய தட்டுகளோடு திரும்பிய அமுதாவின் இடுப்பிலிருந்த சுஜித்துக்கு அவளது தலையில் வைத்திருந்த மல்லிகைச் சரம் விளையாட்டுப் பொருளாக மாறி இருந்தது. இருபது, ஐம்பது என வலது கையிலிருந்த நூற்றி எழுபது ரூபாய் மதிப்புள்ள தாள்களை சுஜித்துக்குக் கிடைத்த அன்பளிப்பு என மாமியாரிடம் கொடுத்த அமுதா, உள்ளே சென்றாள்.

“இட்டிலி வெந்துருச்சுன்னா எடுத்திட்டு இன்னொரு ஈடு ஊத்தி வை அமுதா, பொழுதாயிருச்சு, அப்படியே புள்ளைக்கு இட்டிலியை ஊட்டு.”

ஓங்கிக் குரல் கொடுத்த செல்லம்மாள், வெளியே தள்ளி இருந்த கழிப்பறைக்குச் சென்றார்.

கையில் இருந்த ரூபாய்த் தாள்களை எண்ணிக்கொண்டே முந்தானை முனையில் மடித்து வைத்து முடிச்சிட்டாள். உள்ளேயிருந்து யார் யார் எவ்வளவு கொடுத்தது என்ற விவரத்தை அமுதா சொல்லிக்கொண்டிருந்தாள்.

கையிருப்பென இருந்தவை அத்தனையும் கரைந்திருந்தன. நாளை கணவர் வேலைக்குச் சென்று வருமானம் கொண்டு வந்தால், நாளைய செலவுக்கு. ஏற்கெனவே கட்ட வேண்டிய வட்டித் தொகையைக் கட்டவே சில மாதங்களாகச் சிரமப்பட்டுக் கட்டிக்கொண்டிருந்தனர். இப்போது, புதிதாகச் சேர்ந்து இருந்தது இன்றைய பிறந்தநாள் செலவுக்கு வாங்கிய கடனுக்கான வட்டி. எப்போது மீட்சி எனத் தெரியவில்லை. முடிந்து வைத்த பணத்தை ஒரு முறை தொட்டுப் பார்த்தாள். என்னென்னவோ சொல்லி இந்தச் செலவைத் தடுக்கப் பார்த்தும் தோற்றுப் போன சீதாவின் முகம் பாவமாயிருந்தது. மீண்டும் மழை தூற ஆரம்பித்தது.

தலை சாய்த்தல்

அலறிக்கொண்டிருந்த குழந்தையின் குரல் கேட்டது. உள்ளே கொண்டுவந்த குழந்தையைச் செவிலிப் பெண் உயரமான சின்னத் தொட்டியில் இருந்த படுக்கையில் கிடத்தினாள். கை கால்களை வேகமாக அசைக்க முயற்சித்தது குழந்தை. களையான முகத்துடன் கறுப்பாக இருந்த குழந்தையின் பிஞ்சுக் கால்கள் இரண்டையும் அதன் தாய் சற்றுத் தூக்கிப் பிடித்திருந்தாள். கைகளைப் பிடித்திருந்த மற்றொரு செவிலிப்பெண், “இப்படியே கொஞ்ச நேரம் கையையும் பிடிச்சிருங்க... அப்போதான் ட்யூப்பைத் தட்டிவிடாம இருப்பான். தூங்கினதும் கையை எடுத்திருங்க” என்றதும், உடனிருந்த வயதான பெண்மணி, கைகளை மெதுவாகப் பிடித்துக்கொண்டாள்.

சிசுக்களுக்கான சிறப்பு வார்டில், இரண்டு பச்சிளம் குழந்தைகள் இருந்தன. பிறந்து சில நாட்களேயான இந்தக் குழந்தையின் வயிறு மிகப் பெரிய அளவில் வீங்கி அச்சுறுத்துவதாக இருந்தது. முகம், காலிலிருந்து மாறுபட்ட நிறத்தில் இருந்தது வயிறு. அதன் வயிற்றுப் பகுதியில் ஒட்டப்பட்டிருந்த குழாயிலிருந்து கிளம்பிய சிறுநீர், கீழே வைக்கப்பட்டிருந்த சிறு நெகிழிப்பையை

நோக்கி வழிந்து ஓடியது. வெள்ளையாக உப்பு போன்று சிற்சில கற்கள் அந்த நீர் வழியாக வெளியேறிக்கொண்டிருந்தன.

"கல்லு அடைக்கறதால ஒண்ணுக்குப் போக முடியல, வயிறு வீங்கிப் போச்சு, இனிமேதான் என்ன செய்யணும்னு டாக்டர் சொல்லுவார்."

கண்ணீருக்கு ஊடே அருகில் கைக்குழந்தையுடன் இருந்தவளிடம் அந்த வயதான பெண் சொல்லிக்கொண்டிருந்தாள். அருகிலுள்ள மருத்துவமனையில் இருந்து இங்கு அனுப்பப்பட்டார்களாம் என்ற தகவலையும் சேர்த்தே சொன்னாள்.

பால் புகட்டியபடி கேட்டுக்கொண்டிருந்த இருபது வயது மதிக்கத்தக்கவள், தன் குழந்தையை இறுகப் பிடித்துக் கொண்டாள். மலத்துவாரம் இல்லாமலேயே பிறந்த அந்தப் பெண்ணின் குழந்தைக்கு அறுவைசிகிச்சை செய்து துவாரமிட்டிருந்தனர். அவர்கள், இன்று மாலையில் வீட்டுக்குக் கிளம்புவதாகத் தெரிவித்தாள். மருத்துவமனை வளாகத்தில் உள்ள கடவுளை மறக்காமல் வணங்கிக்கொண்டால், நல்லபடியாக வீடு திரும்பலாம் எனத் தெரிவித்தவள், தானும் தன் குழந்தைக்காக பிரார்த்தனை செய்து வெற்றிபெற்ற கதையைச் சொல்லியபடி குழந்தையை அதன் படுக்கையில் கிடத்தினாள். அங்கிருந்து கிளம்புவதற்காகத் துணிகளை மடித்துக் கட்டைப்பைகளில் அடுக்கிக்கொண்டிருந்தாள்.

"பொம்பளைப் பிள்ளைனாலும் பரவாயில்ல, ரெண்டு பொட்டச்சிகளுக்கு அப்புறம் குலசாமிக்கு நேந்து பொறந்த பய, இப்பிடிக் கெடக்கானே" என அப்பெண் புலம்பிக் கொண்டிருந்தாள். சிறுநீர், குழாய் வழியாக இறங்க இறங்க, வயிற்றின் வீக்கம் வற்றத் தொடங்கி இருந்தது. நிறமும் முகத்தைப் போல மாறிக்கொண்டிருந்தது.

கேட்டுக் கொண்டிருந்தவள் குழந்தையின் கால்களைப் பிடித்தபடி, "அதுக்காக மூத்ததுக ரெண்டும் போய்ச் சேரட்டும்ங்கிறியா, நீயெல்லாம் அம்மாவா, முடிஞ்சா ஒத்தாசையா இரு, இல்லாட்டி வீடு போய்ச் சேரு, எனக்குப் பாத்துக்கத் தெரியும்" எனக் காட்டுக் கத்தலாகக் கத்தினாள் மலர்.

இதற்குள் குழந்தை உறங்கத் தொடங்கியது. அதன் கைகளைப் பிடித்திருந்தவள் மெதுவாக அவற்றை விடுவித்து, தூக்குவாளியை

எடுத்தாள். "நான் போய் டீ வாங்கிட்டு வாறேன் மலரு" என்று கிளம்பினாள்.

ஓரளவு குழந்தை ஆழ்ந்து மூச்சுவிட்டுத் தூங்கத் தொடங்கியது. அதன் கால்களைக் கீழே இறக்கிவிட்டு, சுவரில் சாய்ந்தபடி, கீழே உட்கார்ந்தவளின் கண்களில் இருந்து தாரை தாரையாகக் கண்ணீர் வெளியேறிக்கொண்டிருந்தது.

முதுகு குலுங்க, வாய் முணுமுணுக்கத் தலை கவிழ்ந்தபடி அமர்ந்திருந்தாள் மலர். மூக்கையும் வாயையும் ஒரு சேர சேலை முந்தியால் மூடி இருந்தாள். சிறிது நேரத்தில் மீண்டும் உள்ளே வந்து குழந்தையைச் சோதித்துக்கொண்டிருந்தாள் செவிலிப் பெண்.

"வயிறெல்லாம் வத்திப் போச்சுல, பால் கொடுக்கலாமா?"

"அதுக்குத்தான் வந்தேன், கொடுங்க."

குழந்தையின் தலையை வாஞ்சையுடன் தடவினாள். இறங்கி வந்துக்கொண்டிருந்த சிறுநீர், நெகிழிப் பையைப் பாதிக்குமேல் நிரப்பியிருக்க, அந்தப் பையை அகற்றிவிட்டு, வேறொன்றை மாட்டினாள்.

குறிப்பிட்ட உணவுவகைகள், தண்ணீர் குறைவாக அருந்துவது போன்ற சில பழக்கவழக்கங்கள்தாம் சிறுநீர்ப்பையில் கற்களை உண்டாக்குகின்றன எனக் கேள்விப்பட்டதை, கேள்விக்கு உள்ளாக்கி இருந்தது பிறந்து சில நாட்களே ஆன இந்த சிசுவின் சிறுநீர்ப் பையிலிருந்து வெளியேறிக்கொண்டிருக்கும் கற்கள்.

தேநீர் வாங்கி வந்திருந்தாள் மலரின் தாய். ஒரு தம்ளரில் ஊற்றி தூக்குவாளியில் ஆற்றிக்கொண்டிருந்தாள். இவள் கையை நீட்டவும் தம்ளரில் ஊற்றிய தேநீரை மகள் கையில் கொடுத்தாள். களைந்திருந்த மலரின் தலை முடியை ஒதுக்கிவிட்டாள்.

"வீட்டுக்குப் போய் ரசம் வச்சு, துவரம்பருப்புத் துவையல் அரச்சு எடுத்திட்டு வாறேன் மலரு."

ஆமோதிப்பான தலையசைவைப் பார்த்த பின் கிளம்பினாள் அவளின் அம்மா.

வெளிநாட்டிலிருந்து வருடத்துக்கு இரண்டு முறையேனும் வரும் கணவன், சீரான இடைவெளியில் அனுப்பும் போதுமான பணம், தரமான பள்ளிக்கூடத்தில் படிக்கும் இரண்டு பெண் குழந்தைகள்

என நிம்மதியான வாழ்வு மலருடையது. அவளின் மாமியார் ஆண் குழந்தை இல்லாததைப் பெரிய குறையாகப் பேசிக்கொண்டே இருக்க, மலரின் அம்மாவோ இவளின் ஜாதகப்படி மூன்றாவது ஆண் குழந்தைதான் எனத் தூபம் போட, இந்த சிசுவைக் கருவாகத் தரித்தாள் மலர். உணவு, மாத்திரை, பரிசோதனை எல்லாம் சரியாகவே இருந்தன. எங்கு, எதனால் பிழை எனத் தெரியாமல் நேர்ந்த பிழைக்கு யாரைப் பொறுப்பேற்கச் செய்வது?

முதலில் பிரசவம் பார்த்த மருத்துவமனை, குழந்தைக்கான செலவு எனச் சில ஆயிரங்கள் செலவாகியிருந்தன. இந்த மருத்துவமனைக்கு வந்ததும் உடனே கட்ட சொல்லிய தொகை மட்டுமே ஐம்பதாயிரம். அந்த வளாகத்தில் தெரிந்தவர்களிடம் விசாரித்ததில், சில லட்சங்கள் செலவாகலாம் எனத் தெரிவித்திருந்தனர். சிகிச்சைக்குப் பின், ஆரோக்கியமான குழந்தையாக மாறுதில் உள்ள உறுதி பற்றி யாரும் எதுவும் சொல்லாததை மலரின் தகப்பனார் குறிப்பிட்டுப் பேசி, வேறு மருத்துவமனைக்குச் செல்லலாம் எனச் சொன்னதும் மலருக்குள் ஓடிக்கொண்டிருந்தது.

பிரமாண்டமாகக் கட்டப்பட்டுக்கொண்டிருக்கும் மருத்துவமனைகளை வியப்புப் பொங்க பார்த்துப் பழகிய மலருக்கு இனி இத்தகைய கட்டிடங்கள் கிலியூட்டுவதாகவே இருக்கும்.

''ஒச்சத்தோட இந்தப் பிள்ளையைப் பெத்து, எம்மகன் சேர்த்ததெல்லாம் அழிக்கப் போறியா?''

மாமியார் உரைத்தது தொடர்ந்து கேட்டுக்கொண்டே இருந்தது.

"சிக்கலை இழுத்து வைக்காத, அம்மா சொன்னபடி செய்."

காலையில் மொபைலில் பேசிய கணவனின் வார்த்தைகள் ஊசியாகக் குத்திக்கொண்டே இருந்தன.

இவர்களின் கூற்றுப்படி அரசு மருத்துவமனையில் குழந்தையைச் சேர்க்க வேண்டும். பிழைத்தால் வீடு வந்து சேரட்டும். எப்படி அத்தனை எளிதில் முடிவெடுக்கவியலும்? தன் சதையையும் ரத்தத்தையும் கலந்து உருக்கொண்டு கிளம்பி வந்த விழுதைப் பாதுகாக்க வேண்டியது தன் தார்மீகக் கடமை என எண்ணினாள். வயிற்றில் ஒன்பது மாதம் சுமந்தபோது அவள் உள்ளே இருந்தது, இப்போது வெளியே இருக்கிறது, அவ்வளவுதான் வித்தியாசம். அதன் பிரச்னை தன்னுடைய பிரச்னை. சேர்த்த

பணம் அத்தனையும் செலவழிந்தாலும் பரவாயில்லை, தன் மகன் உயிரோடு நன்றாக இருக்க வேண்டும் என எண்ணினாள். குழந்தையின் உடல்நிலை குறித்து மருத்துவர் சொல்வது தெளிவாக அவளுக்குப் புரியவில்லை. தாராளமாகப் பணத்தைக் கட்டி அறுவைசிகிச்சை செய்த பின்னே உறுதியாக எதுவும் தெரியும் என்பது மட்டும் புரிந்தது.

மனம் வெம்பிக் கிடந்தது. தூங்கிக்கொண்டிருந்த குழந்தையைக் கவனமாகத் தூக்கி, அதன் காதுகளை நிமிண்டி விட்டபடி பால் கொடுக்க ஆரம்பித்தாள். கட்டைப்பையில் டிபன் கேரியருடன் வந்த மாமியார், "உங்க அம்மா பிள்ளைகள பள்ளிக்கொடத்திலிருந்து கூட்டிட்டு வீட்டில விட்டுட்டு சாயந்திரம் வாறேன்னா, எதுவும் வாங்கிட்டு வரவா உனக்கு?"

ஒப்புக்கு கேட்டது தனியாகத் தெரிந்தது. தலையை இடம் வலமாக அசைத்த மலரைப் பார்த்தபடி இரண்டே நிமிடங்களில் பையைக் கீழே வைத்துவிட்டுக் கிளம்பினாள். மருந்துக்கும் குழந்தை முகத்தைப் பார்க்கவில்லை.

"வயசா போச்சு, இன்னும் பத்துப் பிள்ளைக பெத்துக்கலாம்" - நடந்துகொண்டே மாமியார் சொன்னது இவள் காதில் விழுந்தது.

"அட அறிவு கெட்டவளே, இதுக்கே வக்கில்லாம இருக்கு இதில பத்து."

ஆத்திரம் பொங்க மனதுக்குள் வைய்து தீர்த்தாள் மலர்.

பசி வயிற்றைக் கிள்ள ஆரம்பித்ததும் டிபன் கேரியரைப் பிரித்தாள். ரசம் இருந்த அடுக்கிலேயே சோற்றை கொட்டிப் பிசைந்து குடித்தாள். துவையல் இருந்த மேலடுக்கு தொடப்படவே இல்லை. அப்படியே எடுத்து மூடி வைத்தவள், கைகளைக் கழுவி பழைய குளிர்பான பாட்டிலில் கொடுத்தனுப்பிய சுடுதண்ணீரைக் குடித்தாள். குழந்தை கண்களை மூடி நிம்மதியாக தூங்கிக்கொண்டிருந்தது.

''ஏற்கனவே ஆள்குறைப்புனு இருக்கவைங்கள அனுப்பிட்டுருக்காய்ங்க, எப்போ நான் வருவேன்னு தெரியாது, இருக்கிற காசெல்லாம் இந்தப் புள்ளைக்கே செலவழிச்சேனா நாம எல்லாரும் நடுத்தெருவிலதான் நிக்கணும், நான் சொல்றபடி நடக்குறதுனா திரும்ப எனக்குப் பேசு, இல்லாட்டி பேசவே பேசாத."

தீபா நாகராணி 51

காலையில் கத்தியபடி இணைப்பைத் துண்டித்த கணவனின் குரல் ஒருபுறம் கொடூரமாக ஒலித்துக்கொண்டிருந்தது.

இவர்கள் சொல்படி கேட்டு, ஏதேனும் விபரீதமாக நடந்தால், குற்றவுணர்ச்சி சதா அரிக்க, வாழ்நாளெல்லாம் நரக வேதனையுடன் செல்லும் என்ற பயம் அவளை ஆட்கொண்டிருந்தது. இவர்களை மீறி இங்கு உயர்தர சிகிச்சை அளித்தால், அத்தனை பேரையும் பகைக்க நேரிடுவதையும் மனம் ஏற்க மறுக்கிறது. வளைகுடா நாட்டில் இருந்தாலும், தினந்தோறும் ஐந்து நிமிடமாவது பேசும் அவள் கணவனுடன் பேசாமல் எப்படி வாழ்வது எனக் குழப்பம். எந்தப் பாவமும் செய்தறியாத தனக்கு எதற்காக இப்படி ஒரு தண்டனை என யோசித்தும் மலருக்கு விடை கிடைக்கவில்லை. இந்த நிலைக்கு தள்ளப்பட்டிருப்பது குறித்த சுயபரிதாபம் மட்டுமே எஞ்சி இருந்தது.

"டீ வேணுமாம்மா?"

மலர் நிமிர்ந்து பார்த்தாள். செவிலிப்பெண் நீட்டிய தட்டிலிருந்த தேநீர் நிரம்பிய காகிதக் குவளைகளில் ஒன்றைக் கையிலெடுத்தாள். கையில் பற்றிக்கொள்வதற்கேற்ற மிதமான சூட்டில் இருந்தது. ஊதிப் பருகினாள். ஒரு மிடறுக்கு மேல் அவளால் அருந்த முடியவில்லை. உச்சியில் நுரை பூத்திருந்த அக்குவளையை மென்மையாகக் கீழே வைத்தாள்.

எந்த முடிவு எடுப்பதென்ற திணறலில் மூச்சு முட்டிக் கொண்டிருந்தது. காற்றோட்டமான அறையிலும் நெற்றியில் வியர்வை அரும்பத் தொடங்கியது. உடல் சில்லிடுவது போன்ற உணர்வு. உறுதியான முடிவை எடுத்தே ஆக வேண்டிய அவசியம் அவளின் முன் பேயாட்டம் ஆடிக்கொண்டிருந்தது.

பூரண குணமான குழந்தையுடனே வெளியேறப் போகிறோம் என மருத்துவமனைக்குள் நுழையும் முன் தனக்குள் செய்த சபதம் நினைவுக்கு வந்தது. கணவர் உள்ளிட்டோரின் முடிவுக்கு தலைசாய்ப்பதை நினைத்தாலே சம்மட்டியால் மண்டையில் ஓங்கி அடித்துக்கொண்டே இருப்பது போல வலி. மனம் முழுவதும் கூடாரம் போட்டிருந்த வார்த்தைகளின் வதை முகாமிற்குள், ஆறுதலூட்டும் நம்பிக்கை வெளிச்சத்தைத் தேடிக் கொண்டிருந்தாள்.

"இவங்க சொல்ற மாதிரி ஆஸ்பத்திரி மாத்தறதுக்கும் எம்புள்ளைய நானே கழுத்து அறுத்துக் கொல்றதுக்கும் என்ன வித்தியாசம் இருக்கப் போகுது? காசுபணம்தான் முக்கியமாம்."

முணுமுணுத்துக்கொண்டிருந்தவள், திரும்பியபோது அக்குழந்தை தூக்கத்திலேயே இதழ் பிரித்தது. பிஞ்சு முகப் புன்னகையைப் பார்க்கப் பார்க்க மலருக்கு கண்கள் கசிந்தன. இரவில்கூட சரியான தூக்கம் இருப்பதில்லை. அசதியாக இருக்கவே, சுவற்றோரம் தரையிலேயே இடது கையை அணைவாக வைத்துக் கால்களை ஒடுக்கிப் படுத்தாள்.

அரைமணி நேரம் சென்றிருக்கும். குழந்தையின் அழுகை சப்தம் தொடர்ந்து கேட்கவும், சற்றுத் தள்ளி அமர்ந்திருந்த செவிலிப் பெண் எழுந்து வந்தாள். அயர்ந்து தூங்குகிற மலரை முதுகில் மெதுவாகத் தட்டினாள். எந்த எதிர்வினையும் இல்லை.

"எந்திரிங்கக்கா, உங்கப் புள்ள பாலுக்கு அழுகுது."

வேகமாக அவளை உலுக்கினாள். மலர் எழவே இல்லை.

அழகி

இன்னும் சற்று நேரத்தில் திருநகர் செல்லும் பேருந்து வந்துவிடும். பீபீ குளம் பேருந்து நிறுத்தத்தில் கூட்டம் அதிகரிக்க ஆரம்பித்தது. கௌதம் வாசுதேவ் மேனனின் படங்களில் காதலைச் சொல்லும் காட்சியின் பின்னணி போல இதமான காலை. நேற்று இரவு பெய்த மழை அதற்கொரு காரணம். தண்ணீர் ஆங்காங்கே திட்டுத்திட்டுகளாகத் தேங்கி நின்றது. பேருந்துக்காகக் காத்திருந்த ஆனந்திக்குச் சன்னமாக படபடக்க ஆரம்பித்தது. ஒரு மாதமாக திருநகரில் உள்ள பள்ளிக்கூடத்தில் ஆசிரியப் பணிக்குச் செல்கிறாள். வேலைக்குச் சென்றே ஆக வேண்டிய கட்டாயம். இரண்டு குழந்தைகளையும் மாமியாரிடம் விட்டுவிட்டுப் போகிறாள். மூத்தவனுக்கு இரண்டு வயது. இரண்டாவது ஐந்து மாதக் குழந்தை. கணவனுடைய வியாபாரத்தில் ஏற்பட்ட நஷ்டம், வாங்கிய கடனுக்குக் கட்ட வேண்டிய வட்டித் தொகை, புதிதாக வேறொரு வியாபாரத்தை அவளின் கணவன் ஆரம்பிக்கும் வரை இவளும் சம்பாதித்தே ஆக வேண்டும்.

திருநகரில் உள்ள புகழ்பெற்ற தனியார் பள்ளி அது. அவள் வகுப்பு எடுப்பது ஒன்பதாம் வகுப்பு

மாணவர்களுக்கு. பாடம் எடுப்பது ஆனந்திக்குப் பிடிக்கும். ஆனால், இதே பள்ளிக்கூடம் வீட்டின் பக்கத்தில் இருந்தால் நன்றாக இருந்திருக்கும். ஒரு மணி நேரப் பயணத்துக்குப் பின் பள்ளிக்கூடம், அதே மாதிரி மாலை கூடடையவும் அதே கால அளவு பிடிக்கும். பீபீ குளத்தில்தான் சொந்த வீடு. எனவே, வீடெல்லாம் மாற முடியாது. சென்ற மாதத் தொடக்கத்தில் கிடைத்த சம்பளம் அவளின் குடும்பத்துக்குப் பெரிய உதவி. எனவே, கட்டாயம் வேலைக்குச் சென்றே ஆக வேண்டும்.

பள்ளியில் வேலை என்று பார்த்தால் தினந்தோறும் ஐந்து வகுப்புகளுக்குச் செல்கிறாள். பாடங்களைப் படித்து தயாராதல், மாணவர்களிடம் புரியும்படி பாடம் நடத்துதல், தேர்வுத் தாள் தயாரித்தல், விடைகளைத் திருத்தி மதிப்பெண்களைப் பதிவு செய்தல் என இருக்கும். தனியார் பள்ளியாதலால், ஓய்வுக்கு வாய்ப்பு குறைவு. மாணவருக்கு மதிப்பெண் குறைந்தால், ஆசிரியரிடம்தான் நிர்வாகம் கேள்வி கேட்கும். சவாலாக எடுத்துக்கொண்டு உயிரைக் கொடுத்துக் கற்பிக்கிறாள். வரலாறு கல்லூரியில் அவள் விரும்பி எடுத்துப் படித்த பாடம். அதைக் கற்பிக்க வேண்டும் என்பதை ரசித்துச் செய்தாள். நூலகத்துக்குச் சென்று பாடம் சம்பந்தப்பட்ட நூல்களில் இருந்து கூடுதல் தகவல்களைத் திரட்டி, சுவைபட பாடம் நடத்துவாள். எப்படி நடத்தினாலும் கற்றுக்கொள்ளவே மாட்டேன் எனச் சில தெய்வங்கள் புன்னகைக்கும். அவர்களிடம் சுலபமாக மதிப்பெண் பெற ஒரு மதிப்பெண் வினாக்கள், மேப் போன்றவற்றையாவது கற்றுக்கொள்ளும்படி கெஞ்சுவாள்.

பொதுவாக கம்பீரமாக இருக்கும் ஆசிரியைகளை நாம் பார்த்திருப்போம். குறிப்பாக உயர்நிலைப் பள்ளி, மேல்நிலைப் பள்ளிகளில் தோளுக்கு மேல் வளர்ந்த பிள்ளைகளுக்கு வகுப்பு எடுக்க உருவ ரீதியாகச் சற்று அதிரடித் தோற்றம், குரல் வளத்தோடு இருந்தால், பயந்துகொண்டாவது சிலர் படிப்பர் அல்லது அப்படி நடிப்பர். ஆனால், ஆனந்திக்கு வாய்த்திருந்தது மழலையர் வகுப்புக்கு உரிய ஆசிரியைக்கான உடல்மொழி. மெதுவாகப் பேசுவாள். திட்டத் தெரியாது. ஐந்தடி உயரத்தில் சிவப்பாக நடிகை ரேவதி சாயலில் சிரித்த முகத்தோடு இருப்பாள். வந்த சில நாட்கள் இவள் ஒருபுறம் பாடம் நடத்த, வகுப்பு மறுபுறம் பேசிக்கொண்டே இருந்தது. ஒரு நாள் வகுப்பிலிருந்த மேஜையில் ஏறி உட்கார்ந்துகொண்டு எதுவும் பேசாமல் இருந்த ஆனந்தியை விநோதமாகப் பார்த்த வகுப்பு, அன்றோடு சலசலப்பை

நிறுத்தியது. இந்த மிஸ் பாவம் என்கிற ரீதியில் அவள் கற்பிக்கும் பாடங்களைக் கவனிக்க ஆரம்பித்தவர்கள், அவள் நடத்தும் விதம் பிடிக்கப் போய் பலரும் அவள் வகுப்பு எப்போது வரும் எனக் காத்திருந்தார்கள். அதிலும் வழக்கம் போல ஆனந்திக்கு என ஒரு பட்டப் பெயர் வைத்து, அவள் குரலில் பேசி, அவள் முதுகுக்குப் பின்னால் கிண்டல் செய்யும் சிலரும் இருந்தனர்.

எதையும் வெளியே சொல்லும் பழக்கம் இல்லாதவள் ஆனந்தி. கணவன் வேலைக்குப் போகச் சொன்னவுடன் கைக்குழந்தை என்றெல்லாம் சாக்குச் சொல்லாமல், உடனடியாக நேர்முகத் தேர்வில் கலந்துகொண்டாள். மாதம் பத்தாயிரம் சம்பளம். ஒவ்வொரு வருடமும் அந்தத் தொகை அதிகரிக்கவே செய்யும். குழந்தைகளைப் பிரிந்து இருப்பது கஷ்டமாக இருக்கும். பள்ளிக் கூடம் பக்கத்தில் இருந்தால் வசதியாக இருக்கும் என எதிர்பார்த்தது அதற்கும்தான்.

பேருந்துப் பயணம் என்றால் அது பயணத்தைத் தொடங்கும் நிலையத்தில் ஏறினால் வசதி. நிச்சயம் உட்காரப் பாதுகாப்பாக ஓர் இடம் கிடைக்கும். இறங்குவது ஒன்றும் பெரிய சிரமம் இல்லை. ஆனால், இப்படி பீபீ குளம் போன்ற நடுவாந்திரத்தில் அமைந்த பகுதியில் குடியிருப்பதில் உள்ள அசௌகர்யம் பேருந்தில் உட்கார சுலபமாக இடம் கிடைக்காது. அதுவும் பரபரப்பான நேரத்தில், வாய்ப்பே இல்லை. பெரியார் நிலையம் தாண்டினால் அன்றைய தினம் அதிர்ஷ்டம் இருந்தால் உட்கார இடம் கிடைக்கும்.

காலை நேரத்தில் வேலைக்குச் செல்பவர்களின் கூட்டம் அப்பும். படியில் ஏறியதும் அப்படியே ஒரு கூட்டம் நிற்கும். அது இறங்கப் போவது இன்னும் ஐந்து நிறுத்தங்கள் தள்ளித்தான் என்றாலும், முன்னெச்சரிக்கை என எண்ணி அப்படிச் செய்யும். பேருந்தின் உள்ளே இருந்து இறங்குபவர்களுக்கும் வெளியே இருந்து ஏற முயற்சிப்பவர்களுக்கும் கடும் சவால் கொடுக்கும். உடல் பலசாலியாக அல்லது வாய்ச் சொல்லில் பலம் இருந்தால் கொஞ்சம்கூடக் குறைய இடிகளைப் பெற்றுக்கொண்டே அவரவர் இறங்கும் இடங்களில் இறங்கலாம். இல்லை என்றால் சம்பந்தமில்லாத நிறுத்தத்தில் இறக்கிவிடப்படுவார்கள்.

சொல்லி வைத்தது போல அடுத்தடுத்து நரிமேடு, தல்லாகுளம், கோரிப்பாளையம் என எல்லா நிறுத்தங்களிலும் கூட்டம் அலை மோதும். தாயைப் பிரிந்த பிள்ளைகள் போல ஜனம் ஓடோடி

வரும். உள்ளே நின்றபடி ஜன்னல் வழியே பார்ப்பவர்களுக்கு உள்ளுக்குள் வெடவெடக்கும்.

இதில் காலியாகப் போகும் இருக்கைக்கு இடம் பிடிப்பதிலும் சாமர்த்தியம் வேண்டும். ஏறியவுடன் கூச்சமெல்லாம் படாமல் உட்கார்ந்திருப்பவர்களிடம் எங்கே இறங்கப் போகிறார் என விசாரித்து தெரிந்து, எந்த நிறுத்தம் முதலில் வருமோ அவரின் அருகில் போய் நிற்கவேண்டும். தேர்ந்தெடுத்த நபரிடம் ஒரு கைப்பை அல்லது ஏதாவது பொருளைக் கொடுத்து வைத்தால் இறங்கும்போது அந்த இருக்கையில் வைத்துவிடுவர். அதைச் சுட்டிக் காட்டி தன்னுடைய உரிமையை நிலைநாட்டி வெற்றிகரமாக அமரலாம். இதில் ஆனந்திக்கு உடன்பாடு இல்லை. தனக்கு முன்னால் ஏறியவர்கள் நின்றுகொண்டு வரும்போது இப்படிச் செய்வது அவர்களின் மனதை நோகச் செய்யும் எனப் பேசாமல் இருப்பாள். அவள் பக்கத்தில் இருக்கை காலி ஆனாலும் சுற்றி முழுவதும் பார்த்துவிட்டே அந்த இடத்தில் அமர்வாள். அப்படிப் பார்க்க காரணம், வயதான பெண்மணி, கர்ப்பிணிகள் யாரும் உள்ளனரா என ஆராய்வதற்காகத்தான். அப்படி யாரேனும் இவள் அமர்ந்த பிறகு ஏறினால், அதற்குப் பின் தன் இருக்கையில் அமர்ந்திருப்பதைப் பெரும் குற்றமாக நினைப்பாள். உடனே எழுந்து இடம் கொடுத்துவிடுவாள். மனசாட்சி லேசாக எட்டிப் பார்த்துக் கேள்வி கேட்க யோசிக்கும் அளவுக்குக்கூட ஆனந்தி விடுவதில்லை.

வகுப்பு, பள்ளிக்கூடம், வீடு என எதுவும் பிரச்னை இல்லை. இந்தப் பேருந்துப் பயணம்தான்... மாதவிடாய் வேளைகளில்கூட நின்றுகொண்டே திருநகர் வரை சமாளித்து சென்றுவிட்டுத் திரும்புகிறாள். அதிலும்கூட பெரிய புகார் இல்லை. ஆனால், பின்னால் நின்றுகொண்டே உரசுபவர்கள்தாம் கடும் ஒவ்வாமை. இவளும் சுற்றி சுற்றிப் பெண்கள் இருக்கும்படி பார்த்துக்கொள்வாள். அதையும் மீறி ஏதாவது ஒரு நேரம் ஒருவன் உரசிக்கொண்டே இருக்கிறான். இவள் இருக்கையை ஒட்டி முன்னால் முடிந்த அளவு நகர்வாள். முழங்கையைப் பின்னுக்குத் தள்ளி இடிப்பாள். கொஞ்ச நேரம் சீண்டல் இல்லாமல் இருக்கும். பின்னர் திரும்பவும் கழுத்தில், முதுகில் உஷ்ணக் காற்று படும். ஆனந்திக்கு அழுகையாக வரும். இந்தப் பணத்தைச் சம்பாதிக்க கண்ட நாயுடன் பயணிக்க வேண்டி இருக்கிறதே என மனதுக்குள் நொந்துகொள்வாள்.

தீபா நாகராணி

பேருந்தின் பக்கவாட்டில் மேற்புறம் சுற்றிச் செருகி இருக்கும் கண்ணாடி வழியாக இரண்டு பக்கங்களிலும் எந்த நிறுத்தம் என்பதைப் பார்க்கலாம். இந்த ஆண்கள் ஏன் பேருந்தின் வலப்புற கண்ணாடிகளைப் பார்த்தபடி நிற்கக் கூடாது. அவர்களின் நிறுத்தம் வரும்போது திரும்பி இறங்கினால் போதுமே என நினைப்பாள். இருவரும் எதிர்எதிராகத் திரும்பி நின்றுகொண்டிருக்கையில் பேருந்தின் வேகம் சடாரென மாறும் போது தெரியாமல் உரசினால் பெரிய பிரச்னை இல்லை. இதை யாரிடம் சொல்வது?

நரிமேட்டை ஒட்டிப் பேருந்து வளையும்போது ஒரு தடிமாடு தன் உடலின் பின்புறத்தில் முழுவதுமாகச் சாய்ந்தது மகா அருவருப்பாக இருந்தது. முழங்கையால் முடிந்தளவு தள்ள முயற்சித்தாள். கண்களில் நீர் வேகமாகச் சுரந்தது.

அவனைப் பார்த்திருக்கிறாள். கடந்த பத்து நாட்களாக இதே பேருந்தில் வருகிறான். சிவப்பாக, குண்டாக இருப்பான். பழங்காநத்தத்தில் இறங்குவான். பேருந்தைவிட்டு இறங்கிய பின் சாளரம் வழியாக இவளைத் தேடிப் பார்த்து இளிப்பான். இவள் வலுக்கட்டாயமாக முகத்தைப் பார்ப்பதைத் தவிர்ப்பாள். தூவெனத் துப்ப நினைப்பாள். அதனால் எதுவும் விபரீத விளைவு ஏற்படுமோ என்ற பயமும் சட்டென முளைக்கும்.

ஓர் இருக்கை மட்டும் காலியாக இருந்து அதில் ஓர் பெண் அமர்ந்திருந்தால் மற்றோர் ஆண் சுலபமாக பக்கத்தில் உட்காருவதில்லை. அதே மாதிரி ஓர் ஆண் மட்டும் அமர்ந்திருந்தால் அருகில் வேறொரு பெண் போய் எளிதில் அமர்வதுமில்லை. ஆனால், நின்றுகொண்டிருந்தால் மட்டும் எல்லாம் காற்றில் பறந்துவிடும் போல. எத்தனை கூட்டம் இருந்தாலும் நிற்கிற ஆண்கள், ஆண்களின் இருக்கைகள் பக்கம் ஒதுங்கி மட்டுமே நிற்க வேண்டும் என அவர்களுக்கு ஏன் புரிவதில்லை?

நரிமேட்டில் ஏறிய பெண் நான்கரை அடியில், சற்றுக் கூடுதல் பருமனில் ஆனந்தியின் வயதில் இருந்தாள். மேல் வரிசைப் பற்கள் உள்ளடங்கி இருந்த அவளது முகம் பரிச்சயமானதைப் போல ஆனந்திக்கு இருந்தது. ஆனால், எங்கு எனத் தெரியவில்லை. அவள் ஏதோ பரபரப்பில் இருப்பாள் போல. அடிக்கடி கையில் இருந்த மொபைலைப் பார்த்துக்கொண்டிருந்தாள். ஆனந்தியின் மொபைல் பத்திரமாக அவளது கைப்பைக்குள் உறங்கியது. வீடு அல்லது பள்ளிக்கூட ஓய்வறையில்தான் எடுப்பாள்.

பரிசோதிப்பாள்.

அடுத்து கோரிப்பாளையம், இடத்தை மாற்றி நிற்கலாம் என்று பார்த்தால் யாருமே இறங்கவில்லை. கூடுதலாக ஜனம் தொற்றிக்கொண்டது. சுமக்க முடியாமல் தள்ளாடியபடி ஊர்வலமாகச் செல்லும் பேருந்து, பரிதாபமாக இருந்தது. சிம்மக்கல் வர இரண்டு நிமிடங்கள் இருக்கும்போது, பக்கத்தில் நின்றிருந்த பரிச்சயமான முகத்துக்கு உரிய அந்தப் பெண், பின்னால் நின்று இருந்தவனின் செவுளில் ஓங்கி ஓர் அறைவிட்டாள்.

"ஏலேய்... கை, கால வச்சிட்டு சும்மா வரமுடியாதா உன்னால? இதுக்குத்தான் அலையுறியா? எம்புட்டு ஏத்தம் இருந்தா இப்படிச் செய்வ?"

அறை வாங்கிய ஆத்திரத்தில் ஒட்டடைக் கம்பாக நின்ற அவனும் பதிலுக்குக் கத்தினான்.

"பஸ்ஸுன்னா நாலு பேருகூட சேர்ந்து இடிபட்டுதான் போகணும். பெரிய இவனா கார்ல போக வேண்டியதுதான?"

கொண்ட ஆவேச கோலம் மாறாமல் இருந்த அந்தப் பெண், "எதுல போகணுமோ அதில நான் போவேன். அதை நீ சொல்ல அவசியமில்ல. பஸ்ல கை கால் படும்தான். அதுக்குன்னு இந்த உரசு உரசுற. மேல படற கை, கால வச்சே எதுக்கு வைக்கிறன்னு தெரியும்டா. இப்படி இடிச்சுக்கிட்டு, இன்னும் பப்பரப்பான்னு நினைக்கிறதெல்லாம் பண்ணிட்டு வெக்கமே இல்லாம பஸ்ஸுன்னா இப்படித்தான்னு வேற சொல்ற."

"மூஞ்சியப் பாரு நாய்கூட மோளாது, தெரியாம கைப்பட்டத்துக்குப் பேச்ச பாரு."

அந்தப் பெண்ணின் சுமாரன தோற்றத்தைத் தாக்கினான். எனினும், அவன் கண்ணில் மெல்லிய அச்சம் தெரிந்தது. இருக்கையில் அமர்ந்திருந்த ஒரு பெரிய அம்மா அவளின் கையைப் பிடித்து, 'போதும், எதுவும் பேசாதே' என்பது போல சைகை செய்தார்.

"சரி, உம் மூஞ்சியவே நாய் மோள்றது மாதிரி வச்சுக்க, இதைச் சாக்கு சொல்லிட்டு திருட்டுத்தனமா மேல உரசுவியா?"

"பெரிய பத்தினி... பேச வந்திட்டா..."

இதைச் சொல்லி முடித்தபோது அவனது கண்களில் மெல்லிய எகத்தாளம்.

"தெரியும்டா உன்னை மாதிரி சொறி நாய்க எல்லாம் ஆனா ஊன்னா எங்க ஒழுக்கத்தில கை வைப்பீங்கன்னு. பொம்பளைகன்னா என்னன்னு நினைச்சுக்கிட்டு இருக்கீங்க. கண்டக்டர் இதை எல்லாம் கேக்க மாட்டீங்களா? பக்கத்தில இருக்க போலீஸ் யாரையாச்சும் கூப்பிடுங்க, இப்போவே இந்த தினவெடுத்த நாய் மேல நான் கம்ப்ளைன்ட் கொடுக்கணும்."

இவள் பேசப் பேச ஆனந்தியின் பின்னால் நின்று கொண்டிருந்த குண்டன் பின்னோக்கி நகர்ந்து தள்ளிச் சென்று காலியாகும் இருக்கையில் அமரப் போனான்.

திட்டு வாங்கியவன் இறுகிய முகத்தோடு சிம்மக்கல்லில் பேருந்து நிற்க சில நொடிகள் இருக்கும்போதே சுற்றியிருப்பவர்களை அவதி அவதியாகத் தள்ளிவிட்டுக்கொண்டே படிகளை நோக்கிப் போனான். ஊர்ந்துகொண்டிருந்த பேருந்தில் இருந்து இறங்கி ஜனத்திரளில் காணாமல் போனது அவன் உருவம். விஸ்வரூபமெடுத்த அந்த நான்கரை அடி உயரப் பெண் பேரழகியாகத் தெரிந்தாள் ஆனந்திக்கு.

நாச்சியார்

“நாச்சியாருக்குப் போயிட்டு வாறேங்க.”

வண்டியில் ஏறிச் செல்லும் கணவனிடம் சட்டென நினைவுவந்தது போல வாசல் படியில் நின்றபடி கத்திச் சொன்னாள் கற்பகம். உள்ளே வந்து துணிமணிகளை அள்ளி வாஷிங் மெசினில் ஊற வைத்தாள். மணி பத்தைத் தாண்டி இருந்தது. பள்ளிக்குக் கிளம்பிய குழந்தைகள், கணவன் சாப்பிட்ட தட்டுகளை எடுத்து கழுவப் போட்டாள். வீட்டைப் பெருக்கித் தள்ளி விட்டுக் குளிக்க வேண்டியதுதான் பாக்கி. தெற்கு மாசி வீதியில் புதிதாக ஆரம்பிக்கப்பட்டிருக்கிற நாச்சியார் கடையில் ரகரகமாக சேலைகள் குவிந்திருக்கிறதாம். முதல் ஒரு வாரத்துக்குத் தள்ளுபடி வேறாம். பக்கத்து வீட்டு சுஜாதா நேற்று வாங்கி வந்த மூன்று சேலைகளைக் காட்டினாள். தான் முன்னால் போய் இருந்தால் இந்த மூன்றையும் தானே எடுத்திருக்கலாம் என்பது போல ஏங்கிப் போனாள் கற்பகம். இன்றோடு தள்ளுபடி முடிகிறது. இவளே ஷேர் ஆட்டோ பிடித்துப் போய் விடுவாள். நேற்றே கணவனிடம் சொல்லி வாங்கிய ஐந்தாயிரம் ரூபாய் கைப்பையில் பத்திரமாக இருக்கிறது.

குளித்து முடித்து பீரோவில் இருந்து எடுத்து கற்பகம் கட்டிய சேலை, நேற்று சுஜாதா காட்டிய சேலைகளை ஒத்திருந்தது. அவளது அலமாரியில் வைக்க இடம் இல்லாமல் மூச்சு முட்டிக் கொண்டிருந்தன சேலைகள். ஆனாலும், அவளுக்குப் புது சேலையின் மீது மோகம். புத்தம் புதிது எடுக்க புது சேலையை உடுத்திக்கொண்டு தயாரானாள். வீட்டைப் பூட்டி சாவியைப் பக்கத்து வீட்டில் உள்ள சுஜாதாவிடம் கொடுக்கும்போது வீட்டு வாசலில் ஆட்டோ வந்து நின்றது. உள்ளே இருந்து கற்பகத்தின் கொழுந்தன் மனைவி முதலில் இறங்க, பின்னால் மாமனார் இறங்கினார்.

சற்றுக் கூன் போட்ட முதுகு, காது ஓரங்களிலும் தலையின் பின்னாலும் மட்டுமே இருந்த மயிர்க் கற்றைகள் நரைத்திருந்தன. தலை பளபளவென இருந்தது. வெள்ளை வேட்டி, சட்டை அணிந்திருந்தார். இடது தோளில் கதர் துண்டு தொங்கிக் கொண்டிருந்தது. எழுபது வயது இருக்கும். இறக்கிவிட்ட ஆட்டோ ஓரமாகப் போய் நின்றது. கற்பகம் கதவைத் திறந்துவிட்டாள். வெளியே போக முடியவில்லையே என்ற ஏமாற்றம் முகத்தில். இரண்டு கிலோமீட்டர் தள்ளியிருந்த பீபீ குளத்தில் கற்பகத்தின் கொழுந்தன் குடும்பம் இருந்தது. தல்லாகுளத்தில் பெரியவன் வீட்டில் ஒரு மாதமும், சின்னவன் வசிக்கும் பீபீ குளத்தில் ஒரு மாதமும் இருப்பார் பெரியவர். அவருக்கு இரண்டு மகன்கள் மட்டுமே. கட்டிட ஒப்பந்ததாரராக ஒரு காலத்தில் கொடி கட்டிப் பறந்தவர். நல்ல வருமானம். நன்றாகச் செலவும் செய்தவர். இந்த இரண்டு வீடுகளுமே அவர் பார்த்துப் பார்த்துக் கட்டியவையே. மனைவி இறந்து இரண்டு வருடங்களுக்கு மேல் இருக்கும். சர்க்கரை, ரத்தக் கொதிப்புக்கு உரிய மாத்திரைகளோடு ஒவ்வொரு வீட்டுக்கும் முதல் தேதியில் வந்துவிடுவார். அவருக்கு எனத் தனி அறை. அதில் சின்னத் தொலைக்காட்சியும் உண்டு. கலகலவென பேசும் சுபாவம் கொண்டவர் அல்ல. எனவே, ஓரிரு வார்த்தைகளுக்கு மேல் பிள்ளைகளோ பேரப்பிள்ளைகளோ உரையாடல் நிகழ்த்துவதில்லை.

ஆனால், இன்று தேதி பதினெட்டுதானே... அதற்குள் ஏன் என்பது போல முகத்தை வைத்துக்கொண்டிருந்த கற்பகத்திடம், அவளின் கொழுந்தன் மனைவி சுசீலா, திருச்சியில் உள்ள அவள் அம்மாவை மருத்துவமனையில் சேர்த்திருப்பதால், குடும்பத்தோடு செல்வதாகச் சொன்னாள். அவளின் கணவன் குழந்தைகளை

அழைத்துவர பள்ளிக்கூடத்துக்குச் சென்றுள்ளானாம். கற்பகத்துக்குக் கோபமாக வந்தது. மாமனார் நேராக அவரது அறைக்குச் சென்றுவிட்டார்.

"முன்னமே சொல்றதுக்கு என்ன உனக்கு? ரெண்டு நிமிஷம் பிந்தி வந்திருந்தா நான் போயிருப்பேன், அப்போ என்ன செய்வ?"

"இதென்ன வம்பா இருக்கு. நீங்க என்ன கலெக்டர் வேலையா பார்க்கறீங்க. வீட்டில இருக்கதுக்கு என்னத்துக்கு இம்புட்டு பவிசு? ஆத்திர அவசரம்னு வந்து விட்டுட்டுப் போனா மூஞ்சியைக் காட்டுறீங்க..."

"ரொம்பப் பேசாத, நான் எங்க கிளம்புனேன்னு தெரியுமா, நீயும் தானே பார்த்த... வீடு பூட்டிதானே இருந்தது. மத்தியானத்துக்கு வேற இனி தனியா பொங்கணும். மத்த வேலைகளும் கெடக்கு."

இதற்காகக் காத்திருந்த மாதிரி காத்துக்கொண்டிருந்த ஆட்டோவில் ஏறினாள் சுசீலா.

போனில் சொன்னால், கற்பகம் ஏதாவது காரணம் சொல்லி மறுத்து விடுவாளோ என்று சுசீலாவுக்கு உண்மையில் பயம். அது போக, 'நீ உன் தலையை அடமானம் வைத்தாவது உன்னிடம் தள்ளிவிட்டதைச் செய்தே தீர வேண்டும்' என்பதாக இருக்கும் பிறருடனான அவளின் செயல்பாடு. இத்தனைக்கும் சுசீலாவும் வீட்டில்தான் இருக்கிறாள். வீட்டு வேலைகளைச் செய்ய ஒரு வேலைக்காரப் பெண்மணி வேறு வந்து போகிறார். தான் விரும்பிய வண்ணம் தன் நாள் அமைய வேண்டும் என்பதில் கவனமாக இருப்பாள்.

கற்பகத்துக்குத் தன் தாய் தகப்பனைத் தன் அண்ணன் மனைவி சரியாக கவனித்துக்கொள்ள வேண்டும் என்கிற எதிர்பார்ப்பு இருக்கும். அதே தன்னுடைய மாமனாரைக் கவனிப்பதிலும் இருந்தது. ஆனால், சுசீலா அவளுடைய பொறுப்பைத் தட்டிக் கழிப்பதைத்தான் தாங்க முடிவதில்லை. யோசித்துக்கொண்டே சமையலறைக்குள் நுழைந்தாள்.

மதியத்துக்குச் செய்திருந்த வெஜிடபிள் பிரியாணி மாமனார் தொண்டைக்குள் இறங்காது. 'விதை விதையாக இருக்கு, மெல்லக் கடினம்' என்பார். அறைக்குள் நுழைந்து சாதா சேலைக்கு மாறினாள் கற்பகம். ஊற வைத்திருந்த துணிகளை அலச ஆரம்பித்தது வாஷிங் மெஷின். நாச்சியார் கடைக்கு நாளைக்குக்கூடப் போகலாம்,

ஆனால், தள்ளுபடி இன்றோடு கடைசி. சாயந்திரம் ஆறு மணிக்கு மேல் கிளம்பலாம். ஆனால், பிள்ளைகள் வந்துவிட்டால் வீட்டில் ஆள் இருக்க வேண்டும். தாத்தாவைக் கண்டுகொள்ளவே மாட்டார்கள். ஐந்து நிமிடங்களுக்குள் ஒரு சண்டையாவது மூளும். அவ்வப்போது தீர்த்து வைக்காவிட்டால், கைகலப்பில் முடியும். சரி, இரண்டு பேரையும் இழுத்துக்கொண்டு போகலாம் என்றால், வழியெல்லாம் கேட்பதை வாங்கித் தரவேண்டும். இல்லாவிட்டால் முரண்டு, சிணுங்கல், சத்தியாகிரகம் என வழியெங்கும் போராட்டக் களமாகிவிடும். கொஞ்சம் அரிசியை எடுத்து தண்ணீர் ஊற்றி வைத்தாள். ரசத்துக்குப் புளியைக் கரைத்தாள். ரசம் சோறு போதும். ஒரு முட்டையை அவித்துக் கொடுத்தால் சாப்பிட்டுக் கொள்வார். பெரியவர் கட்டிலிலில் படுத்தபடி கண்களைத் திறந்து இருந்தார். என்ன யோசிக்கிறார் எனக் கண்டுபிடிக்க முடியவில்லை. உணர்வுகளை வெளிக்காட்டாத முகம்.

இவரின் மூத்த மகன் சுந்தர் ஆரம்பித்திருந்த கட்டுமான நிறுவனமும் இப்போதுதான் சுடுபிடிக்க ஆரம்பித்திருந்தது. பெரியவர் போட்ட அஸ்திவாரம். இளைய மகனுக்கு அரசு வேலை கிடைத்ததால், பள்ளிக்கூடத்தில் நடுநிலை வகுப்புக்கு ஆசிரியராக இருக்கிறான்.

துணிகளை மாடியில் காயப்போட்டு வந்தவள், கொஞ்ச நேரம் வழக்கமாகப் பார்க்கும் சீரியல் பார்த்தாள். அதில் நடிப்பவர்களின் உடைகளை ரசித்துப் பார்ப்பாள். அதற்காக மட்டுமே அவள் தொடர்ந்து நாடகங்களைப் பார்த்துவந்தாள். மற்றபடி கதையில் எல்லாம் ஆர்வம் இல்லை. சொல்லப் போனால், எல்லாக் கதைகளும் ஒரே மாதிரி இருப்பது போல தெரியும். ஆனால், அந்த முகங்கள், அவர்களின் உடைகள் மட்டுமே கற்பகத்தை சீரியல் பார்க்கச் செய்தது. நினைத்த நேரம் வீட்டைவிட்டு வெளியேற முடியாதவளுக்கு, வீட்டுக்குள் வந்த உலகம் அதுவாக மட்டுமே தெரிந்தது.

நாளெல்லாம் வீட்டு வேலை ஒன்றைத் தொட்டு ஒன்று வந்துகொண்டே இருக்கும். மதியம் ஒரு மணி நேரத் தூக்கம், மாலை வேலைகளைச் சுறுப்பாகச் செய்ய வைக்கும். மாமனார் வந்துவிட்டால் அவரின் துணிமணிகளையும் சேர்த்து அலச வேண்டும். கூடுதலாக நான்கு வேளை சர்க்கரை அற்ற தேநீர் தயாரிக்க வேண்டும்.

நேற்றிலிருந்தே திட்டமிட்டது எப்படியாவது இன்றே நாச்சியார் செல்ல வேண்டும் என்று. தெற்கு மாசி வீதியில் புதிதாக உதயமாகி இருக்கும் ஜவுளிக் கடை. பொதுவாக கீழ வாசலில் இறங்குபவள், நேராக ஃபேமஸ் ஜிகர்தண்டா போய் ஒரு தம்ளர் ஜிகர்தண்டா குடிப்பாள். இதைச் சாங்கியமாகவே செய்வாள். அதன் பிறகு ஒவ்வொரு கடையாக நோட்டமிட்டு நடப்பது வழக்கம். விளக்குத் தூண் பக்கத்தில் நடைபாதையில் உள்ள பொருட்களை பேரம் பேசி வாங்கப் பிடிக்கும். அது பயன்படுகிறதா இல்லையா என்பதெல்லாம் கேள்வி இல்லை. அந்த நேரத்துக்குப் பிடிக்கிறதா என்பது மட்டுமே விஷயம். பிள்ளைகள் இதற்கு லாயக்குப்பட மாட்டார்கள். கணவனுக்குப் பொறுமை சற்று குறைவு. அக்கம்பக்கம் சேர்ந்து வருவது அல்லது தனி ஒருத்தியாக வருவது... இதுதான் அதிகம் நடக்கும். இன்று நாச்சியார் கடையில் தள்ளுபடி விலையில் வாங்கப்படாமல் அங்கு மூன்று சேலைகளும் இங்கு கைப்பையில் இருந்த பர்ஸில் ஐந்தாயிரமும் தவித்துக்கொண்டிருந்தன.

மதிய உணவு சாப்பிட்ட பின் உறங்க முயற்சித்தும் தூக்கம் வரவில்லை. பெரிதாகப் பறிகொடுத்த உணர்வு. இந்த சுசீலா தலையில் கட்டிவிட்டுச் சென்றுவிட்டாள். சரிசமமாக வீடுகளைப் பிரிக்க வேண்டும், பணத்தைப் பகிர வேண்டும் என வக்கணையாகப் பேசுவாள். ஆனால், இரண்டு மூன்று மாதங்களுக்கு ஒரு வாட்டியாவது அவளுக்கென காரணங்கள் சிக்குமோ, அவளே உருவாக்குவாளோ தெரியாது. ஆட்டோவைக் கொண்டு வந்து மாமனாரை விட்டுவிட்டுப் போய்விடுவாள். குறைந்தது ஒரு வாரம் கழிந்த பின் கொழுந்தன் அழைத்துச் செல்வார். ஒரு முறை தலை வலிக்கிறது என்பதை எல்லாம் காரணமாகச் சொல்லி பெரியவரை விட்டுச் சென்று இருக்கிறாள். கற்பகம் சொல்வதைக் காது கொடுத்துக் கேட்க மாட்டாள்.

உடலுக்கு ஒப்புக்கொள்கிற மாதிரி பக்குவமாகச் சமைத்துப் பார்த்துக்கொள்பவள்தான் கற்பகமும். ஆனால், தனியாக தனக்கென என்பது போல எங்கேயும் போக முடியாது என்பது மட்டுமே இதில் இருக்கும் குறை.

அவர் வாய் திறந்து பேசுவது குறைச்சல். சதா சிந்தனையில் இருப்பார். ராமகிருஷ்ணர், விவேகானந்தர் புத்தகங்களை வாசிப்பார். அது சரியில்லை, இது சரியில்லை எனக் குறை

தீபா நாகராணி

சொல்வது, அப்படிச் செய், இப்படிச் செய்யாதே என அதிகாரம் செய்வதெல்லாம் இல்லாமல் தேமேவென்று இருப்பார். எந்தத் தொந்தரவும் கிடையாது. இவளே பார்த்துக்கொள்ளத் தயார்தான். ஆனால், சுசீலாவுக்கு குளிர்விட்டுப் போகும். கடமையை மறக்க நினைக்கிற நேரத்தில் நினைவூட்டுவது போலத்தான் சுசீலாவையும் பார்த்துக்கொள்ளச் செய்வதாக நினைக்கிறாள். இந்தப் பத்து வருடங்களில் எதன் பொருட்டும் ஒரு நாள்கூட மாதத்தின் மத்தியில் பெரியவரை அந்த வீட்டில் விட்டு வந்தது இல்லை.

யோசித்தபடியே கண்ணயர்ந்தாள். மாலை நான்கரை மணிக்கு அழைப்பு மணி ஓசை. சுஜாதா நின்றிருந்தாள். கையில் ஒரு எவர்சில்வர் டப்பா. உளுந்த வடை போட்டதாகச் சொல்லி கையில் திணித்துவிட்டு ஓடிவிட்டாள். திறந்தால் பத்து உளுந்த வடைகள் இருந்தன. உள்ளங்கை அகலத்தில் ஒரே மாதிரியான அளவில் சுடச்சுட அழகாக இருந்தன. கொஞ்சம் பிய்த்து வாயில் போட்டு நாக்கால் சுவையை உணர்ந்ததும் கிடைத்த திருப்தி முகத்தில் தெரிந்தது. பக்கத்து வீடு, அவர்களின் அடுப்படி இந்தப் படுக்கை அறையிலிருந்து ஐந்தடி தொலைவில் இருக்கிறது. அங்கிருக்கும் ஜன்னல் சமைக்கும் பதார்த்தங்களின் பெயரை இந்த வீட்டுக்கு கடத்தி விடும். "என்ன இன்னைக்குத் தீய்ஞ்சு போச்சு போல" என்பது வரை சரியாகச் சொல்வாள் கற்பகம். வடை சுட்டால் வாசம் வருமே. இன்று எந்த அறிகுறியும் இல்லையே என யோசித்தவாறே இரண்டு வடைகளை எடுத்துச் சாப்பிட்டு விட்டு, மீதியை மூடி வைத்தாள். கற்பகம் அளவுக்கு சுஜாதா சமையலில் கெட்டி இல்லை. இதுவரை வடை சுட்டதும் இல்லை. இந்த சுஜாதா பெருமை பிடித்தவள், ஏதோ கடையிலிருந்து வாங்கிக்கொண்டு வந்து கொடுத்திருக்கிறாள் என்ற முடிவுக்கு வந்திருந்தாள். இதில் வடை எப்படி இருந்தது என வேறு கேட்பாள்.

ஐந்து மணி அடித்தது. தட்டில் ஒரு வடையை வைத்து, தேநீர் கோப்பையுடன் மாமனாரின் அறையில் இருந்த மேஜையில் வைத்தாள். கண்களைத் திறந்து பார்த்தபடி எழ முயற்சி செய்தார்.

பிள்ளைகள் வரும் நேரம். வாசலுக்குச் சென்று பார்த்துக் கொண்டிருந்தாள். பள்ளி வேன் இன்னும் வரவில்லை. இன்று துணிக்கடைக்குச் செல்ல திட்டமிருந்தது நினைவில் மிதந்துகொண்டே இருந்தது.

வேனில் இருந்து இறங்கிய பிள்ளைகள் ஓடிவந்தனர். அவர்களின் சீருடைகளை மாற்றச் செய்து, முகம் கை கால் கழுவிய பின் பூஸ்ட் பால் கொடுத்தாள். இரண்டு முறுக்குகளை எடுத்துக்கொண்டு மாடிக்குச் சென்று ஆறு மணி வரை விளையாடுவர். இருட்டியதும் கீழே இறங்கி வந்து வீட்டுப் பாடங்களைச் செய்ய ஆரம்பிப்பர். இதுதான் வழக்கம்.

ஆறு மணி இருக்கும். வாசலில் வண்டி நிறுத்தும் சத்தம். மாடியிலிருந்து குழந்தைகள் அப்பா எனச் சப்தமிட்டு மகிழ்ச்சியாக கைகளை அசைத்தனர். இரவு உணவாகச் சப்பாத்திக்கு மாவு பிசைந்துக்கொண்டிருந்தாள் கற்பகம்.

"என்ன ஐயாயிரத்தைக் கொளுத்தியாச்சா மேடம்?"

நக்கலாக கேட்டபடி உள்ளே வந்தான் சுந்தர். கண்களால் அவனின் அப்பா அறை திறந்திருப்பதைக் காட்டினாள். அதற்குள்ளே சுந்தர் சென்று ஐந்து நிமிடங்கள் இருக்கும். அப்பாவின் கைகளைப் பிடித்து வீட்டுக்கு வெளியே கூட்டி வந்தான். அரை மணி நேரமாவது நடக்க வேண்டும் எனச் சொல்லி கோரிப்பாளையம் நோக்கி அவரோடு நடக்க ஆரம்பித்தான். சின்னப் பிரிவுக்குப் பின், எந்த வயதிலும் பெற்ற பிள்ளையின் முகத்தைப் பார்த்தால் குட்டி வெளிச்சம் முகத்தில் வந்துவிடுகிறது. இதே சாலையில் அவர் சைக்கிள் ஓட்டிய காலகட்டத்தில் சுந்தர் பின்னால் உள்ள கேரியரிலும் தம்பி முன்னால் கம்பியிலும் உட்கார்ந்திருக்க, எத்தனையோ முறை பயணித்து இருக்கிறார்கள்.

வீடு திரும்பியபோது மணி ஏழு. கற்பகம் சப்பாத்திக்கான குருமாவை வைத்துக் கொண்டிருந்தாள். ஒரு குளியல் போட்டுவிட்டு வந்த சுந்தர் மற்றோர் அடுப்பில் காய்ந்துகொண்டிருந்த பாலை எடுத்து காபி தயாரித்துக் குடித்தபடி சோபாவில் அமர்ந்தான். பிள்ளைகள் வீட்டுப் பாடங்களைச் செய்துகொண்டிருந்தனர். இரண்டு அழைப்புகள் செல்பேசிக்கு வந்தன. கட்டிட வேலை சம்பந்தமானவை. மணி ஒன்பதை நெருங்கிக்கொண்டிருந்தது. இதற்கிடையே மாடியில் காயப்போட்டிருந்தத் துணிகளை எடுத்து, மடித்து வைத்துவிட்டு, சமையலறையில் பாத்திரங்களைக் கழுவி முடித்திருந்தாள் கற்பகம்.

சுந்தரைத் தவிர அனைவரும் இரவு உணவு சாப்பிட்டு முடித்தாகிவிட்டது. குழந்தைகள் தொலைக்காட்சிப் பார்த்துக்

கொண்டிருந்தனர். வெளியே படியில் அமர்ந்திருந்தாள் கற்பகம். முகம் சோர்ந்து போய் இருந்தது. அவள் பக்கத்தில் வந்தமர்ந்தான் சுந்தர்.

"நாளைக்குப் போய் வாங்கிக்க."

"வேணாம்."

"ஏன்?"

"தள்ளுபடின்னுதான் போக நினைச்சேன். புதுக் கடை. அதை எப்போனாலும் பார்த்துக்கலாம். எங்கிட்ட இல்லாத சேலையா, அந்த நேரத்துக்கு ஆசைப்படுறதுதானே! நெனச்ச மாதிரி உடனே வாங்குறப்போ அதில ஒரு சந்தோஷம். எடுத்து வீட்டுக்கு வர்றதோட அது வடிஞ்சிடும். பரவாயில்ல, வாங்கிட்டு வந்திருந்தாலும் இந்நேரம் இதே மாதிரிதான் மனசு இருக்கும்..."

மரிக்கொழுந்து

சத்தியமாக அவன் சகோதரி என்று சொல்லியதை மரிக்கொழுந்து விரும்பவில்லை. இருவரும் இதே தல்லாகுளம் பேருந்து நிறுத்தத்தில் இரண்டு வருடங்களாக காலை வேளையில் பார்த்துக்கொள்கிறார்கள். வெவ்வேறு பேருந்துகளில் ஏறி அவரவர் வேலை பார்க்கும் நிறுவனங்களுக்குச் சென்றுவிடுவர்.

மரிக்கொழுந்துக்கு கோச்சடையில் இருக்கும் ஏற்றுமதி ஆடை நிறுவனத்தில் வேலை. காலை ஒன்பது மணி பேருந்தைப் பிடித்தால், பத்து மணிக்குள் சென்றுவிடுவாள். மல்லிகை இனிப்பகத்தை ஒட்டிய சாலையில் வசித்து வரும் சுகந்தன் ஒரு தனியார் நிதி நிறுவனத்தில் கணக்கு எழுதும் வேலை செய்கிறான். வயது முப்பது இருக்கும்.

எப்போதும் கூட்டமாக இருக்கும் பேருந்து நிறுத்தத்தில், ஒன்பது மணியை ஒட்டி இருவரும் தனித்தனியாக வருவர். சில மாதங்களாகப் பார்த்தால் புன்னகைத்துக் கொள்வர். வேறு எதுவும் பேசியதில்லை. ஆனால், ஒன்பது மணிக்குள் அவன் வராவிட்டால், இவளுக்கு இருப்புக்கொள்வதில்லை. எதனால் வரவில்லை அல்லது ஏன் தாமதம் எனக் குழம்புவாள். அவனது எண் இருந்தால் நன்றாக இருக்குமே என எத்தனையோ முறை யோசித்திருக்கிறாள்.

தீபா நாகராணி

சுகந்தன் சராசரி உயரம், மாநிறத்தில் அகன்ற நெற்றி, ஏற்றிச் சீவிய நெருக்கமான முடி, முகத்துக்கு ஏற்ற கூர்மையான மூக்கு, கண்கள் என அம்சமாக இருந்தான். முதல் ஒரு வருடம் அவன் ஏதோ வருகிறான் போகிறான் என்றுதான் இவள் இருந்தாள். இந்தச் சில மாதங்களாகத்தான் அவனிடம் ஒரு விசேஷ அழகு இருப்பதாகப்படுகிறது. அது என்ன மாயம் என்று புரியவில்லை. இத்தனைக்கும் அவன் தலை சீவுகிற முறையைக்கூட மாற்றிக் கொண்டதில்லை.

நீளக் கோடுகள் அல்லது கட்டம் போட்ட சட்டைகள் வெளிர் நிறத்தில், அடர் நிறத்தில் காற்சட்டைகள் அணிந்திருப்பான். கைக் கடிகாரம் அணியும் வழக்கம் இல்லை. வலதுபுறத் தோளில் ஒற்றைப் பை தொங்கும். அதற்குள் என்ன இருக்குமோ உயிராகப் பார்த்துக்கொள்வான். இத்தனை மாதங்களில் எடைகூட ஏறவோ இறங்கவோ இல்லை. என்ன நடந்தது எனத் தெரியவில்லை, மரிக்கொழுந்துதான் முதலில் அவனைப் பார்த்துப் புன்னகைக்க ஆரம்பித்தாள். முதல் முறை இதைப் பார்த்துவிட்டு தலையைத் திருப்பி சுற்றிப் பார்த்தான், வேறு யாரையாவது பார்த்து முறுவலிக்கிறாளா என சோதித்துக்கொண்டான். தன்னைத்தான் என உறுதிபடுத்திக்கொண்டவுடன், பதிலுக்கு உதடுக்கு வலிக்குமோ என்கிற அளவில் புன்னகைத்தான். அவளுக்கு அதுவே பெரிய அங்கீகாரமாக இருந்தது. அவனுடன் பேச ஆசையாக இருக்கும். ஆனால், எப்படி, என்ன பேசுவது எனத் தயக்கம். இப்படியே சில மாதங்கள் சென்றன. சரி பெண் ஒருத்தி சிரிக்கிறாளே, அவன் ஏறுகிற பேருந்தில் ஏறி எங்கு இறங்குகிறாள், என்ன பணி செய்கிறாள் என்றெல்லாம்கூட வேண்டாம் அவள் பெயர் என்ன என்றாவது தெரிந்துகொள்ள வேண்டும் என ஓர் ஆணுக்குத் தோன்றாதா, என்ன? இந்த லட்சணத்தில் அவனிடம் எப்படி மொபைல் எண்ணைப் பெறுவது?

ஒரு வாரமாகத் தீவிரமாகத் திட்டமிட்டுக்கொண்டிருக்கிறாள். பிறந்த நாள் அன்று அவனுக்கு இனிப்புக் கொடுக்கும் சாக்கில் இரண்டு வார்த்தைகள் பேசிக்கொள்ளலாம் என்று. எதிர்பார்த்த பிறந்த நாள் ஒருவழியாக வந்து சேர்ந்தது இன்று. அவளுக்கு அத்தனைப் பிடிக்காவிட்டாலும் தொலைக்காட்சி விளம்பரத்தில் காட்டுகிறார்களே என அடர் வயலட் நிற டைரி மில்க் நான்கைந்தை கைகொள்ளாமல் அவனிடம் நீட்டினாள். சுற்றி இருந்தவர்களில் ஓரிருவர் இந்தக் காட்சியைப் பார்க்க ஆரம்பித்தனர். அவள்

சட்டை செய்யவில்லை. சுகந்தன் கேள்விக்குறியோடு அவளைப் பார்த்தான். தனக்குப் பிறந்த நாள் என்று சொன்னாள். அவன் முகத்தில் சின்னக் கலவரம். திகைப்போடு ஒன்றை மட்டும் எடுத்துக்கொண்டான்.

"ஹேப்பி பர்த்டே சிஸ்டர்."

இதைச் சொல்லிக்கொண்டே கவனமாக கையில் வைத்திருந்த பையில் ஜிப்பைத் திறந்து சாக்லெட்டை உள்ளே வைத்தான்.

கண்களில் நீர் தேங்க ஆரம்பித்தது. மெலிதாக உடல் நடுங்குவதைக் கண்டு இவளுக்கே அதிர்ச்சி. சிஸ்டர் என்கிற வார்த்தையைத் தாங்கிக்கொள்ளவே முடியவில்லை. 'பார்க்கும்போதெல்லாம் புன்னகைத்தால் சிஸ்டராம், அடப் பாவிகளா... எப்போது இருந்து இப்படி எல்லாம் அர்த்தம்கொள்ள ஆரம்பித்தீர்கள்' என உள்ளுக்குள் குமைந்தாள். இரண்டு நாட்களுக்கு முன்பே அழகு நிலையம் சென்று ஃபேசியல் செய்து, இன்றும் நிதானமாக ஒப்பனை செய்து, பளீரென மஞ்சள் வண்ணப் புடவையை அழகாக உடுத்தி முன்னால் நின்றால் சிஸ்டராம். தலையைக் கவிழ்ந்தபடி கொஞ்சமாக நடந்து தனியாக நின்றாள். முகம் இருண்டிருந்தது. கையில் மீதி சாக்லெட்கள் இருந்தன. அவனது பேருந்து வரவும் ஏறிச் சென்றது தெரிந்தும், இவள் நிமிர்ந்து பார்க்கவில்லை. பார்த்துப் பார்த்து மணிக்கணக்கில் இட்ட அழகு வண்ணக் கோலத்தில் பொதக்கென்று ஒரு வாளித் தண்ணீரை ஊற்றிவிட்டது போல இருந்தது.

கொஞ்ச நேரத்தில் அவள் செல்ல வேண்டிய பேருந்து வந்தது. ஏறவில்லை. அப்படியே நின்றுகொண்டே இருந்தாள் அரைமணி நேரத்துக்கும் மேலாக. எங்கு போவது எனத் தெரியவில்லை. பெரிய நட்பு வட்டமும் இல்லை. வீட்டுக்குப் போனால் கேள்விக்குப் பதில் சொல்வது கடினம். தாங்க முடியாத சுமையைச் சுமந்து கொண்டு நிற்கிற தண்டனையை யாராவது வாங்கி இறக்கி வைக்க மாட்டார்களா என இருந்தது. வேறு வழியில்லை அலுவலகத்துக்குப் போவோம் என அடுத்து வந்த பேருந்தில் கிளம்பி, தாமதமாக அலுவலகம் சென்றாள் மரிக்கொழுந்து.

சற்றுக் குள்ளமாக இருந்தாலும் பார்த்தவுடன் ஈர்க்கும் கண்களும் மூக்கும் மரிக்கொழுந்துக்கு வீட்டில் மாப்பிள்ளைப் பார்த்துக்கொண்டிருக்கின்றனர். இவளுக்கு இரண்டு

வருடங்களுக்கு முன் பெண் பார்க்கப்படுவதில், அதற்கென சிங்காரிப்பதில் ஆர்வம் இருந்தது. சமீபமாகச் சுகந்தனை அவளுக்கு ரொம்பப் பிடித்து விட்டது. அவன் பின்னணி எதுவும் தெரியாது. ஆனால், அவனுடன் வாழும் காலம் வரை வாழ வேண்டும் என ஆசை துளிர்விட்டு வேர் பிடித்தது. தன்னை எப்படி ஒருவன் நிராகரிப்பான் என்கிற இறுமாப்பும் ஒட்டியே இருந்தது.

வேலை பார்க்கும் இடத்திலே ஏழெட்டு ஆண்கள் இவளிடம் அவர்களின் விருப்பத்தைச் சொல்லியும் அத்தனை பேரையும் ஒதுக்கித் தள்ளிவிட்டாள். இத்தனைக்கும் அதில் மேற்பார்வையாளராக இருந்த சுப்பிரமணி எல்லாம் பார்க்க நடிகர் சூர்யா மாதிரியே இருப்பான். ஆனால், என்னவோ அவர்களை மரிக்கொழுந்துக்குப் பிடிக்கவில்லை. நாளெல்லாம் அவர்களுடன்தான் வேலை செய்கிறாள். நாள் முழுவதும் அல்லாமல் பத்து நிமிடங்கள் வரை மட்டுமே காண்கிற சுகந்தனைப் பிடித்திருக்கிறது. எந்த இடத்திலும் அவன் தன்னைப் புறக்கணிக்க முடியாது என முழுமையாக நம்பியதால் அவனுடைய சிஸ்டர் மனசெல்லாம் வலிக்க வலிக்க பிராண்டிக்கொண்டே இருந்தது.

என்ன புத்தாடை, விசேஷ தலையலங்காரம், பளபள முகம் என்றெல்லாம் கேட்ட, உடன் வேலை செய்பவர்களிடம் எதுவுமே சொல்லிக்கொள்ளவில்லை. உதட்டை விரித்தபடியே ஒப்பேற்றினாள். பிறந்த நாள் என்று சொல்லி மீதி இருக்கிற சாக்லெட்களைக் கொடுக்கும் எண்ணம் வரவே இல்லை. மாலையில் நேராக தல்லாகுளம் பெருமாள் கோயிலுக்குப் போனாள். தன் பெயரில் அர்ச்சனை செய்து, அரைமணி நேரம் உட்கார்ந்த பின் வீடு சென்றாள். கோயிலில் இருந்து பத்து நிமிட நடையில் வீடு இருந்தது. இரவு உணவு வேண்டாம் எனச் சொல்லிப் படுத்தவளுக்குத் தூக்கம் வரவில்லை. கல்லூரியில் உடன் படித்த மஞ்சுவிடம் இருந்து பிறந்த நாளுக்கு வாட்ஸப்பில் வாழ்த்து வந்திருந்தது. ஒரே ஒருத்தியாவது நினைவில் வைத்து வாழ்த்தி இருக்கிறாளே என மகிழ்ச்சி பெரிதாக எழவில்லை. நன்றி எனத் தட்டி அனுப்பி விட்டு அடுத்து என்ன செய்வது என யோசித்தவளுக்கு குழப்பமாக இருந்தது.

மரிக்கொழுந்தின் அம்மா மட்டும் நான்கைந்து முறை 'வெறும் வயிற்றோடு படுக்காதே' எனச் சொல்லிக்கொண்டே இருந்தார். பத்து மணிக்கு 'பாலை மட்டுமாவது குடி' எனச் சொல்லி, இவள்

குடித்த பிறகே சற்று நிம்மதியானார். அடுத்த நாள் எப்போது விடியும் எனக் காத்துக்கொண்டே இருந்தாள் மரிக்கொழுந்து. பொட்டுத் தூக்கம் வரவில்லை. குறுக்கும் நெடுக்குமாகச் சிந்தனைகள் ஓடிக்கொண்டே இருந்தன. கண்கள் தீயாக எரியத் தொடங்கின. மணி ஐந்தடித்தது. குறுக்கு கூடுதலாக வலித்தது. கொஞ்சம் கண்களை மூடியவுடன் ஒளிந்திருந்த தூக்கம் ஒட்டிக் கொண்டது. எட்டு மணிக்கு அம்மா எழுப்பாவிட்டால் மதியம் வரை தூங்கி இருப்பாள். எரிச்சல் உண்டு பண்ணியது உடையில் இருந்த கறை. இதற்காகத் தலைக்கு வேறு ஊற்ற வேண்டும். இல்லாவிட்டால் அம்மா வாய் மூடாமல் வைவார். தன்னையே திட்டிக்கொண்டு வேக வேகமாக குளியலறைக்குச் சென்றாள். பத்தே நிமிடங்களில் வெளிவந்து பல் துலக்கி, காபியைக் குடித்து அலுவலகத்துக்குச் செல்வதற்கான சேலையை எடுத்துக் கட்டிக் கொண்டாள். மணி எட்டரை. அம்மாவின் கெஞ்சல் பொறுக்க முடியாமல் இரண்டு இட்லிகளைச் சாப்பிட்டாள்.

கொஞ்ச நேரம் மொபைலைப் பார்த்துக் கொண்டிருந்தவள் அம்மா கட்டித் தந்த மதிய உணவு டப்பாவைக் கைப்பையில் போட்டுக் கொண்டு காலணிகளை மாட்டினாள். மகள் செல்வதை வாசல் நிலைப்படியில் நின்று பார்த்துக்கொண்டிருந்த அம்மாவுக்கு எப்போது இவள் ஜோடியாகச் செல்வாள் என ஏக்கம். ‘இவளுடன் சேர்ந்தவர்கள் எல்லாம் இரண்டு பிள்ளைகள் பெற்று குடும்பஸ்திரி ஆகிவிட்டார்கள். இவள் நன்றாக இருக்கிறாள், நல்ல சம்பளத்தில் வேலைக்குப் போகிறாள். எனினும், ஏன் இன்னும் நல்ல சம்பந்தம் அமையவில்லை’ என மருகிக்கொண்டே பெருமாள் இருக்கும் திசையை நோக்கி இன்றைய கணக்குக்கான மனக் குமுறலைச் சொல்லிவிட்டு, மகள் தலை மறைந்த பின் வீட்டுக்குள் சென்றார்.

தல்லாகுளம் பேருந்து நிலையத்தில் இருபது பேர் வரை நின்றுகொண்டிருந்தனர். தேடித் தேடிப் பார்த்தாள். காணோம். இன்று எதுவும் விடுப்பு எடுத்திருப்பானோ என்கிற சந்தேகம் எழுந்தது. சில அடி தொலைவில் அவன் முகத்தைப் பார்த்ததும் மரிக்கொழுந்துக்குத் தான் எத்தனை மகிழ்ச்சி. ஓவென கத்த வேண்டும் போல உணர்வு. இருப்புக்கொள்ளவில்லை. சுகந்தன் முகத்தைப் பார்ப்பதே இத்தனை இன்பம் தருவது எதனால் எனப் புரியவில்லை. இவள் இருக்கும் திசையைக்கூடப் பார்க்காமல் ஓரமாகத் தள்ளி நின்று கொண்டிருந்தான். பார்வை பேருந்து வரும் திக்கை நோக்கி இருந்தது. இன்னும் சில நிமிடங்களில்

அவனுக்குப் பேருந்து வந்து விடும். இரண்டு வார்த்தைகள் பேச வேண்டும் எனத் துடியாக இவள் துடிப்பது அவனுக்குத் துளியும் கேட்கவில்லை. புன்னகைத்த முகம் மீண்டும் வாடத் தொடங்கியது.

சுகந்தன் செல்லும் பேருந்தே முதலில் வந்தது. இப்படி ஒருத்தி நிற்கிறாள் என்பதைப் பொருட்படுத்தாமல் ஏறினான். அதே பேருந்தில் அவளும் முன்னால் ஏறினாள். பின்னால் நின்றவன் இவளைப் புதிராக பார்த்தான். எந்த நிறுத்தத்தில் அவன் இறங்குவான் எனத் தெரியாததால், இவள் அதிகபட்ச விலையில் உள்ள பயணச் சீட்டை வாங்கிக்கொண்டாள். அரை மணி நேரம் சென்றிருக்கும்.

திருநகர் வந்தது. சுகந்தன் பேருந்தை விட்டுக் கீழே இறங்கினான். அடுத்து மரிக்கொழுந்தும் இறங்க பேருந்து கிளம்பியது. சற்றுத் தள்ளிப் போய் நின்றான்.

"நீங்க என்ன வேணும்னா என்னை நினச்சுக்கோங்க, ஆனா, சிஸ்டர்னு மட்டும் தயவுசெய்து கூப்பிடாதீங்க."

......

"ரெண்டு வருஷமா பார்க்கிறேன். இப்போதான் கொஞ்ச நாளா கூர்ந்து கவனிக்கிறேன். உங்களை எனக்குப் பிடிச்சிருக்கு. வீட்டுக்கு வந்து பொண்ணு கேக்கச் சொல்லலாம்னு நினைச்சேன். ஆனா, உங்களுக்கு அப்படியொரு எண்ணம் இல்லைன்னு நேத்தே தெரிஞ்சிடுச்சு. பரவாயில்லை... என்னைத் தேத்தி நானே சரி செய்துக்குவேன். உங்ககூட இனி பேசறதுக்குக்கூட வாய்ப்பில்லை தான். இப்படி எடுத்ததும் என்ன ஏதுன்னே தெரியாம சகோதர முறை கொண்டாட வேணாம். உங்களை பிரதர்னு சொல்ற எண்ணம் இருக்கவங்கன்னு உறுதியா தெரிஞ்சா மட்டும் அப்படி சொல்லுங்க. நான் கிளம்பறேன்."

கேட்டுக்கொண்டே நின்ற சுகந்தனைத் திரும்பிக்கூடப் பார்க்கவில்லை. மெதுவாக ஓடிக்கொண்டிருந்த ஆட்டோவை நிறுத்திப் பேசி உள்ளே அமர்ந்தாள் மரிக்கொழுந்து.

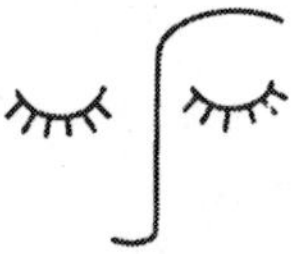

இப்படியும் ஒருத்தி

கோகிலாவுக்கு அப்படியொரு கவலை. தான் ரசிக்க, தன்னை ரசிக்க என ஒருவன் கிடைப்பானா என... கல்லூரியில் முதலாண்டு முடியப் போகிறது. உடன் படிக்கும் பிள்ளைகள் அதிகமாக மாணவர்கள் பற்றியே பேசுவர். ஒரு சிலரைத் தவிர பலரும் ஆர்வத்துடன் பேசும் போது, இவள் கூர்ந்து கவனிப்பாள். யாராவது ஒரு பையனை - குறிப்பாகச் சம வயதில், பார்க்க நன்றாகத்தான் இருந்தது.

தன் வயதுள்ள பையன்களைக் கடக்கும்போது தன்னைப் பார்த்துச் செல்ல மாட்டார்களா என்கிற ஏக்கமும் எழும். எட்ட நின்று நம்மை நோட்டம் விட்டால் நன்றாக இருக்கும். சிரித்தால் அதுவும் இனிமைதான். அடுத்து அருகில் வந்து ரெண்டு வார்த்தை பேசினால், ஐயோ அம்மா என அலறிக்கொண்டு ஓடிவிடுகிற ரகம்தான் கோகிலா.

அவளின் வகுப்பில் இருந்த பெண் பிள்ளைகள் சுதந்திரமாகப் பையன்களைப் பற்றிப் பேசிக்கொண்டே இருக்கிறார்கள். இதில் பாதிப் பேருக்கும் குறையாமல் காதல் இருந்தது. ஓரிருவரைத் தவிர வகுப்பே விரும்பிப் பேசும் தலைப்பாக ஆண்கள் இருந்தனர்.

தீபா நாகராணி

இதில் ஒருத்தி சொல்வாள்... 'எல்லாம் நல்லாதான் தெரிவார்கள், குடித்து முடித்து அடிக்கிற கூத்தைப் பார்க்கும் வரை' என்று. அப்படி என்ன எல்லாரும் மதுவில் மயங்கித் திரிகிறார்களா, என்ன? உடலுக்குச் சேராததாலோ வீட்டுக்குப் பயந்தோ நாட்டுக்குக் கேடு என்பதை உணர்ந்தோ சிலர் குடிக்காமல் நம்மிடையே இருக்கத்தானே செய்கின்றனர்.

கோகிலா வீட்டில் இவளையும் சேர்த்து மூன்று பெண் பிள்ளைகள். இவள்தான் மூத்தவள். பெண்கள் பள்ளிக்கூடத்தைத் தொடர்ந்து மகளிர் கல்லூரியில் பாதுகாப்பாகப் படிப்பாள் எனத் தந்தை விட்டுச் சென்று இருக்கிறார். ஆண் வாசனை படாமல் வளர வேண்டும் என்கிற எதிர்பார்ப்பு.

இவளும் மிக அடக்க ஒடுக்கமாகவே வீடு, வீடு விட்டால் பள்ளிக்கூடம் என இருந்து, இப்போது கல்லூரி எனச் செல்கிறாள். தற்சமயம் சக மாணவியர் தங்களுக்குள் பேசிக்கொள்வதைக் கேட்டு கேட்டு ஓர் ஆணிடமாவது பேச வேண்டும் போல இருந்தது.

அதிலும் சிலர் சமீப சினிமா பாடல் வரிகளைச் சிலாகித்துப் பேசும்போது, அவை எல்லாம் காதல் பாடல் வரிகளாக இருக்கையில், இவளுக்கும் ஏதோ செய்தது. குறிப்பாக தான் மட்டும் தனித்துவிடப்பட்டவளாகத் தவித்தாள்.

எத்தனை எத்தனை காதல் பாடல்கள், இந்த ஒற்றை உணர்வைக் கொண்டு ஏகப்பட்ட வார்த்தைகளில் மெட்டமைக்கப்பட்டுள்ளன. எனக்கென்ன எனக் கடந்துபோன பாடல்களை எல்லாம் இப்போது லயித்துக் கேட்க ஆரம்பித்தாள். தற்சமயம் இவளுக்குத் தேவை அந்தப் பக்கம் ஓர் ஆண். எங்கு போய்த் தேடுவது என தெரியவில்லை.

ஒரே மரப்பலகையில் நான்கு பேர் அமர்ந்து பாடம் கவனித்தாலும், பிற நேரத்தில் தன்னை ஒதுக்கிவிட்டு மற்ற மூவரும் கூடிப் பேசும் ரகசியம் கோகிலாவைப் பரிகாசம் செய்யும். தனக்கென பகிர ஒருவன் இல்லாமல் இருப்பதுதானே இது மாதிரி சோகத்துக்கு வழிவகுக்கிறது எனக் குமைவாள்.

அவர்களின் சிரிப்பு தன்னை ஒதுக்கி வைப்பது மாதிரி வலி தரும். சமயங்களில் இவளுக்குக் கேட்காத வகையில் மிகவும் சன்னமாகப் பேசிக்கொள்ளும்போது கோகிலாவுக்கு அவமானமாக இருக்கும்.

நான் என்ன அழகில்லையா, இப்படிக் காதல் எல்லாம் செய்யத் தகுதி இல்லையா, எனக்கு என ஒருத்தன் பிறக்கவே இல்லையா, நானும் அவனைப் பற்றி இவர்களுடன் பேசிக்கொள்ளவே முடியாதா என எண்ணி எண்ணி ஏங்குவாள்.

மற்ற மாணவியர் மூவரும் இவளுடன் சுத்தமாகப் பேசாமல் எல்லாம் இல்லை. பேசுவார்கள். ஆனால், சில நேரம் அந்தரங்கமாகப் பேசிக்கொள்ள என அவர்களிடம் இருந்தவற்றை, இவளைத் தள்ளி வைத்துவிட்டுப் பேசுவர். இவளுக்குப் பொத்துக் கொண்டு வரும் கோபம். அது மாதிரி நேரத்தில் மூவரும் கூடி குசுகுசுவெனப் பேச ஆரம்பிக்க, இவள் வகுப்பின் வெளியே வேடிக்கை பார்ப்பாள் அல்லது இடம்மாறி உட்காருவாள். சமீபமாக இது எதுவும் வேலைக்கு ஆகவில்லை.

எப்படியாவது இவர்களின் கூட்டணியில் தானும் ஐக்கியமாக வேண்டும். அதற்குத் தானும் தன் காதலைப் பற்றிச் சொல்ல ஒருவன் வேண்டும். அவனை முதலில் கண்டுபிடிக்க வேண்டும். படிப்பது மகளிர் கல்லூரி. வீட்டைச் சுற்றித் தனித்தனியாக வீடுகள் இருந்தன. அதில் கல்லூரி படிக்கிற வயதில் எந்தப் பையனும் இல்லை. வீட்டு வாசலில் ஏற்றிச் செல்லும் வேன் கல்லூரி முகப்பில் இறக்கிவிடும். இதில் எங்கே எப்படிச் சந்திப்பது? கோகிலாவின் கவலை அதிகரித்துக் கொண்டே போனது. ஒரு காலும் தன்னால் காதல் உணர்வுகொள்ள முடியாது. அவர்களுடன் அது பற்றி எல்லாம் பேசவும் முடியாது. நினைக்க நினைக்க சோர்வு மிகும்.

பேசாமல் கல்லூரிக்கு அரசுப் பேருந்தில் சென்றால் என்ன என யோசனை வந்தது. விஸ்வநாதபுரத்தில் இருந்து வைகைக் கரையின் ஓரத்தில் இருந்த மீனாட்சி கல்லூரிக்கு வந்து செல்ல வேனுக்கு ஆகும் தொகை அதிகம் எனச் சொல்லித்தான் அரசுப் பேருந்தில் செல்வதாக அம்மாவிடம் முறையிட்டாள். அவர் அப்பாவிடம் சொல்ல, அவர் 'செலவானாலும் பரவாயில்லை. நீ பாதுகாப்பாகச் சென்று வந்தால் போதும்' எனப் பொசுக்கெனச் சொல்லிவிட்டார். எப்படி அவர் மனத்தை மாற்றுவது? ஒன்றும் புரியாமல் தவித்தாள் சில நாட்கள்.

ஆனால், இங்கே வகுப்பில் அருகில் இருப்பவர்கள், தங்கள் நடவடிக்கைகளின் மூலம் நாள்தோறும் உசுப்பேற்றிக் கொண்டே இருக்கிறார்கள்.

தீபா நாகராணி

இந்த அப்பா எதுவும் யாரிடமும் ஒப்பந்தம் போட்டு இருக்கிறாரோ என்னவோ தெரியவில்லை. பழைய படங்களில் வருவது போல, 'உனக்குப் பையன் பொறந்தா, எனக்குப் பொண்ணு பொறந்தா நாம ரெண்டு பேரும் சம்பந்தி ஆகிக்கிடுவோம்' எனப் பேசிகீசி வைத்திருக்கிறாரோ என்னவோ என்றெல்லாம் கோகிலாவுக்குத் தோன்றும்.

அழகழகாக உடுத்தி கல்லூரிக்குக் கிளம்புவாள். வேன் ஜன்னல் ஓரத்தில் இடம் கிடைத்தாலும், இவள் வேண்டுமானால் ஒரு சிலரை நன்றாகப் பார்க்கலாம். ஆனால், சாலையில் இருப்பவர்களுக்கு இவள் அரைகுறையாகத்தான் தெரிவாள். என்ன செய்வது எனப் புரியவில்லை.

ஏன் ஒருவன்கூடத் தனக்கென இல்லை. பார்வை தருகிற சுவாரஸ்யம், நமக்கென வாட்ஸப்பில் உருகி எழுதிய வரிகளை வாசித்து அதற்குப் பதில் அனுப்பிப் பெறும் களிப்பு, தூரத்தில் பார்வைகள் வருடும் இன்பம், முகம் பார்த்துத் தடுமாறிப் பேசும் பேச்சு தரும் கிறக்கம் என இவற்றையெல்லாம் எப்போது அனுபவிப்பது? இந்தக் காரணங்களுக்காக மட்டுமே உடனடியாக கல்யாணம் செய்துகொள்ள விருப்பமில்லை அவளுக்கு.

தானும் தீண்டிப் பார்த்து ரசிக்க வேண்டும் என்பதுவும் நியாயமான ஆசைதான். ஆனால், வழிகள் மொத்தமாக அடைபட்ட இடத்தில் வசிக்கிறாள். எப்படி வெளியேறுவது, எப்படிப் போய் ஓர் ஆணிடம் பழகுவது என நிறைய கேள்விகள்.

வனிதா பக்கத்தில் அமர்ந்திருப்பாள், அவளிடம் தனது ஆசையைச் சொன்னாள். தன்னை மட்டும் ஒருவன் ரசிக்க வேண்டும், பார்க்க வேண்டும், பழக வேண்டும் என. அவளுக்கு ஆச்சரியமாகப் போய்விட்டது. எப்படி இவளுக்குள் இப்படி ஓர் ஆசை என. ஏன் என்றால் அவர்களைப் பொறுத்த வரை கோகிலா நன்கு படிப்பவள். நிறைய இறைபக்தி நிரம்பியவள். விரதம் எல்லாம் இருப்பாள். அவளிடம் ஆண் பற்றிப் பேசவே கூடாது என நினைத்து வைத்திருந்தனர்.

வந்த புதிதில் இப்படித்தான் அவர்கள் பேசிக்கொண்டே இருக்க கோகிலாவுக்கு எரிச்சலாகப் போய்விட்டது. என்ன இது எப்போது பார்த்தாலும் ஆண்கள் ஆண்கள் எனப் பேசுகிறார்கள் என்று கோபம் வந்துவிட்டது. சரமாரியாகத் திட்டித் தீர்த்துவிட்டாள்.

வாழ்க்கையில் எவ்வளவோ இருக்கிறது. படிப்பு என்பது மிக முக்கியம். அத்துடன் அடங்கிப் போனவர்கள்தாம் இப்போது அவளைத் தவிர்த்துப் பேசிக்கொண்டிருந்தனர். ஆனால், இன்று அவள் தானே முன்வந்து தனக்கென ஒருவன் இல்லை என வருந்துகிறாள்.

கல்லூரி முடிந்தபின் ஏதாவது சிறப்பு வகுப்புகளுக்குச் சென்றால் பலனுண்டு என யோசனை சொன்னாள் வனிதா. தட்டச்சு அல்லது கணினி வகுப்பு எதற்காவது செல்லலாம் எனக் குழம்பி, ஓரளவு தட்டச்சு தெரியுமாதலால் கணினி வகுப்பில் சேர்ந்தாள்.

காட்டுப் பிள்ளையார் கோயிலை ஒட்டி இருந்தது அந்தக் கணினி பயிற்சி நிறுவனம். அவளின் அப்பா நேரில் வந்து அவளைச் சேர்த்துவிட்டுப் போனார். ஆறு மாதப் பயிற்சியின் முடிவில் தேர்வும் சான்றிதழும் கிடைக்கும். கட்ட வேண்டிய மொத்தத் தொகையில் சரிபாதியை இன்றே செலுத்திவிட்டார் அப்பா.

அவள் வகுப்பில் மொத்தம் எட்டுப் பேர். கண்ணாடிக் கதவுள்ள குளிர்சாதன வசதி செய்யப்பட்ட அறை வெகு நவீனமாக இருந்தது. அதன் உள்ளே இருந்த கணினியைப் பார்த்துக்கொண்டே இருந்தவர்களிடம் கதவைத் திறந்து உள்ளே வந்தவன், 'ஹாய்' சொன்னான். இன்னும் ஐந்து பேர் உட்கார கணினிகளுடன் கூடிய இருக்கைகள் இருந்தன. ஆனால், அவன் உட்காராமல் அவர்கள் எதிரில் நின்றான். சரியாக அவன் பின்னால் வெள்ளைப் பலகை இருந்தது. தனது சட்டைப் பையில் இருந்து மார்க்கரை எடுத்து புன்னகைத்தபடி வகுப்பைத் தொடங்கினான்.

நிஜமாகவே அழகாக இருந்தான். கோகிலாவுக்குப் பார்த்தவுடன் பிடித்துவிட்டது. சொல்லிக் கொடுப்பதை ஊன்றி கவனித்தாள். ஓரிரு சந்தேகக் கேள்விகளையும் வம்பாகக் கேட்டாள். இவ்வளவு அழகாக இருப்பவனைப் பார்த்துக் கொண்டு இருந்தால் எப்படிப் பாடம் படிப்பது! மற்ற எழுவரில் இருவர் பெண்கள். கோகிலா வயதை ஒத்தவர்கள். அவர்கள் எப்படி எந்தத் தொந்தரவுக்கும் உட்படாமல் கவனிக்கிறார்கள் என இவளுக்கு ஆச்சரியம். இன்னும் சற்று நேரம் நீளாதா எனத் தவிக்க வைத்துவிட்டது ஒரு மணி நேர வகுப்பு.

எங்கிருந்தான் இத்தனை நாள் எனத் தெரியவில்லை. இந்தப் பகுதியைக் கடந்துதான் வேன் தினமும் செல்கிறது. என்ன செய்வது, பொதுப் போக்குவரத்தில் சென்றால் பார்த்திருக்கலாம், பார்க்கப்பட்டிருக்கலாம். எல்லாம் என் கிரகம் என்பது போல இருந்தாள்.

நெற்றியில் விழும்படி வாரி இருந்த கேசம் அவனது பரந்த முகத்துக்கு பொருந்தி இருந்தது. கூர்மையான சற்றுப் பெரிய மூக்கு, மேல் நோக்கிய பார்வைகொண்ட கண்கள் ஈர்ப்பைத் தர, கோதுமை நிறத்தில் இருந்தான். இங்கு நிச்சயம் பகுதி நேர அடிப்படையில் பணிபுரிவானாக இருக்கும். விசாரித்த பின் தெரிந்தது, அவன் வேறொரு கல்லூரியில் முதுகலை வகுப்புப் படித்துக்கொண்டிருக்கிறானாம். அன்றைய தினம் அவள் ஏக்கம் தீரும் பாதை தெரிய ஆரம்பிக்க நிம்மதியாகத் தூங்கினாள்.

அடுத்த நாள் வகுப்புக்கு சிறப்பாக அலங்கரித்துச் சென்றாள் கோகிலா. வந்தான், அவன் வகுப்பு எடுப்பதே ஒயிலாக இருக்கிறது. மனம் பாடத்தில் லயிக்கவில்லை. பெயருக்கு அமர்ந்திருந்தாள். இப்படியே சில நாட்கள் சென்றன.

இவள்தான் அவன் வாட்ஸப் எண்ணைக் கேட்டுப் பெற்றாள். எல்லா நேரமும் வணக்கம் சொல்லிக்கொண்டே இருந்தாள். சில நாட்கள் கழித்து, ‘வகுப்பில் நேரில் சொல்லும் வணக்கம் போதும்... வாட்ஸப்பில் வணக்கம் வேண்டாம்’ என்றான். அப்போது என்ன பேசுவது எனத் தெரியவில்லை. கொஞ்சமும் பிடிகொடுக்கத் தயங்குபவனாக உள்ளான். இவளுக்கும் தன் வழியில் இழுக்கத் தெரியவில்லை. இதற்கே உள்ளே ஒரு பக்கம் வெடவெடவென நடுங்கும். வகுப்பில் யாரும் எதுவும் சொல்லிவிடுவார்களோ என. இந்த வெடவெடப்பு ஒரு பக்கம் அவளுக்குப் பிடித்திருந்தது. என்றாவது ஒருநாள் எதிர்பார்த்த மாதிரி அவனிடம் இருந்து ஒரு சொல் வரும்போது மனம் பறக்கும். அந்த உணர்வை ரசிக்கத்தானே ஒருவன் தனக்கு நெருக்கமாக வேண்டுமென எதிர்பார்த்து தவம் இருப்பது.

வகுப்பு முடிந்த பின் சந்தேகம் என எதையாவது கேட்டுக் கொண்டிருப்பாள். அதில் தெளிவாவது தேவையாக இல்லை. அவனிடம் பேசிக்கொண்டிருப்பதே போதுமானதாக இருந்தது அவளுக்கு. இந்த உணர்வுகள் அத்தனையும் அவளுக்குப் புத்தம் புதிது. இதற்குத்தானே ஆசைப்பட்டாள்! ஆனால், இவள் எதிர்

பார்த்த அளவு அவன் பக்கம் இருந்து எதிர்வினை இல்லை. பட்டும் படாமல்தான் பேசினான். வகுப்பில் உள்ள எல்லோரையும் சமமாக நடத்தினான்.

கல்லூரி வகுப்பில் சென்று நேற்று நடந்தது எனத் தனக்கும் சொல்லிக்கொள்ள ஆள் கிடைத்த திருப்தி அவளுக்கு. இவளையும் கூட்டுச் சேர்த்துக்கொண்டு பேசினார்கள். அப்பாடி நம்மையும் விளையாட்டில் இணைத்துக்கொண்டார்கள் எனக் கோகிலாவுக்கு நிம்மதி.

உண்மையில் அவன் மேல் இருந்தது காதலா? முதலில் அவனும் காதலிப்பானா? அவனையே திருமணம் செய்துகொள்வாளா? இது எதுவும் தெரியாமல் ஏன் வீணாக அவன் பின்னால் அலைய வேண்டும் என ஒரு நிமிடம்கூட அவளுக்குத் தோன்றவில்லை.

ஒரு வேளை அவன் ஏற்காவிட்டால்கூட பரவாயில்லை. இப்போது கிடைக்கும் சந்தோஷம் அவளுக்குப் போதும்.

தீர்வு

எழிலரசிக்கு அலுப்பாக இருந்தது. கடன் வாங்கித் தரச் சொல்லி, கோயில் குளம் எனச் சுற்றிக் கொண்டிருக்கும் தன் மாமியாரை நினைத்தாலே கடுப்பாக இருக்கும். எழிலரசிக்கும் கோபாலுக்கும் திருமணமாகி ஐந்தாண்டுகள் நிறைவடைந்துவிட்டன. இன்னும் குழந்தை இல்லை. எழிலரசியின் மாமனார் தனியார் ஊழியராகப் பணியாற்றி ஓய்வுபெற்றவர். வீட்டில் ஒட்டடை அடிப்பது, மின்சாதனப் பொருட்களைப் பழுது பார்ப்பது, பச்சை மொச்சை, பீன்ஸ் பயறு வகைகளை உரித்துத் தருவது போன்ற உதவிகளைச் செய்து தருவார். அவளின் கணவன் கோபால் தனியார் பள்ளியின் அலுவலகத்தில் பணி. அதே பள்ளியில் எழிலரசி ஓவிய ஆசிரியை.

நடுத்தரமான குடும்பம். வாடகை வீடு. இருவரின் சம்பாத்தியத்தில் தொய்வில்லாமல் நாட்கள் நகர்கின்றன. அதே தெருவில் இருந்த சுசீலா அக்காவிடம் ஏலச் சீட்டுப் போட்டுக் கொண்டிருந்தது முடியும் தருவாயில் இருக்கிறது. மொத்தமாக ஐம்பதாயிரம் வரும். அடிக்கடி பழுதாகிற தொலைக்காட்சியை மாற்றிவிட்டு, அலைபேசியையும் மாற்ற வேண்டும் எனத் திட்டம் வைத்திருந்தாள் எழில். அது போக சின்னதாகத் தங்கத்தில் ஒரு தோடு செய்துகொள்ள வேண்டும் என்கிற ஆசையும் இருந்தது.

கோபாலுக்கு எனத் தனிப்பட்ட எந்தச் செலவும் இல்லை. சென்ற வருடம் நடந்த சகோதரி மகளின் பூப்புனித நீராட்டு விழாவுக்கென ஒரே ஒரு சவரன் சங்கிலி எடுத்துப் போட்டு, பாத்திரம், பண்டம், பட்டுச் சேலை தவிர்த்து திருச்சியில் இருந்து தள்ளி இருந்த கிராமத்துக்குச் சென்றுவர பேசிய வண்டி என ஒரு லட்சம் கிட்ட ஆன செலவு மொத்தமும் கடன். இரண்டு வட்டிக்கு அதே சுசீலாவிடம் வாங்கியது. அதைத் தூக்கி இதில் போட்டு, இதைத் தூக்கி அதில் போட்டு என வண்டி ஓடிக்கொண்டிருந்தது.

கோபாலின் பெற்றோர் இருவரும் மதுரை ராஜாஜி அரசு மருத்துவமனையில் சர்க்கரை வியாதிக்கான மாத்திரைகளை மாதந்தோறும் இலவசமாகப் பெற்றுக்கொள்வர். அவ்வப்போது தனியார் மருத்துவமனை நோக்கிச் செல்ல வேண்டிய சூழலில் மட்டும் பணம் செலளிக்க வேண்டிவரும்.

கோபாலிடம் சீட்டுப் பணம் வருகிற விஷயத்தைச் சொன்னதும், ‘கடனில் பாதியை அடைத்துவிட்டால் வட்டிக் கட்டுவது பாதியாகும், சுமை குறைந்தது போல இருக்கும்’ என்றான். ‘அதெல்லாம் முடியாது, காலம் எல்லாம்தான் கடன் இருக்கும்’ என்று, இந்தப் பணத்தில் தன் விருப்பம் போலச் செய்யப் போவதைப் பட்டியலிட்டாள் எழில்.

“நீதான் தங்கத் தோடு வச்சு இருக்கியே, அப்புறம் என்னத்துக்குப் புதுசா வேற? வேணும்னா டிவி வாங்கலாம்.”

கண்ணீர் முட்டிக்கொண்டு வந்தது எழிலுக்கு. படுக்கையில் போய் குப்புறப்படுத்தாள். அவள் முதுகு குலுங்கிக்கொண்டு இருந்தது. பின்னால் வந்து பார்த்த கோபாலுக்கு வருத்தம்தான். அதற்காகச் சரி என்றால் கடனுக்கான வட்டியும் அசலும் எப்போது குறைவது? இரண்டு நாளில் சரியாகிவிடுவாள் என வெளியே சென்றான்.

வாசல் படிக்கு வெளியே இருந்த திண்ணையில் கோபாலின் பெற்றோர் அமர்ந்திருந்தனர்.

அது ஞாயிற்றுக் கிழமை மாலை. தேநீரை அருந்திவிட்டு வெளியே காற்றோட்டமான சாலையில் பிளாஸ்டிக் நாற்காலிகளில் உட்கார்ந்து, போன கதை வந்த கதையைப் பேசிக்கொண்டிருந்தனர் கோபாலின் பெற்றோர். இருவரும் மகிழ்ச்சியாக இருப்பதை அவர்களின் முகங்கள் காட்டின. சட்டையை மாட்டிக்கொண்டு

வெளியே கிளம்பிய கோபாலிடம், அவனது அம்மா, "என்ன தம்பி, சீட்டுக் காசு வரப் போவுதா?" என்று கேட்டார்.

"ம்ம்."

"ரொம்ப நாளா ஷீரடிக்குப் போகணும்னு ஆசை, நம்ம டீக்கடை அண்ணாச்சிதான் மொத்தமா பஸ் பிடிச்சுக் கூட்டிட்டுப் போறாரு. நானும் அப்பாவும் போயிட்டு வர்றோம்."

"....."

"அவருட்ட எம்புட்டுன்னு கேட்டுக் குடுத்துரு."

உள்ளே இருந்து ஆவேசமாக வந்தாள் எழிலரசி.

"கடன் வாங்கிக் குடும்பம் நடந்திட்டு இருக்கு, இதில அங்க போகணும் இங்கப் போகணும், வட்டிக்கு வாங்கிதான் உங்க சாமி வரச் சொல்லுதா?"

"கஷ்டப்பட்டு நாங்க உழைச்சுக் கொட்டணும். நீங்க நோகாம ஊரு ஊரா போய்ச் சாமி கும்பிடுவீங்க."

கோபால் அம்மாவின் முகம் சுண்டிச் சிறுத்துப் போனது. அவனின் அப்பா சாலையில் போகிற யாரையோ பார்த்துக் கொண்டிருந்தார். கோபால் எதுவும் பேசவில்லை. பேசிய எழிலரசி உள்ளே போய் அதே குப்புறப்படுக்கும் நிலைக்குப் போய் குலுங்க ஆரம்பித்திருந்தாள்.

தாள முடியாத கொதிநிலையில் இருந்தாள். 'கொஞ்சம் கூட மனசாட்சி கேட்காதா? இந்தச் சாமி கேட்காதா? கடனை இன்னும் அதிகப்படுத்திவிட்டு நேர்ல என்னைப் பார்த்து நீ ஆகப் போறது என்ன? வீட்டில் உன் மருமகள், மகன் படுகிற பாட்டுக்கு ஏற்ற மாதிரி செலவுகளைக் குறைத்துக் கொள் என அது சொல்லாதா? என்னதான் அதில் நிம்மதி கிடைக்கிறது? போனதற்கு அடையாளமா அங்கிருந்து என்னதான் உபயோகமாய் வீட்டுக்குக் கொண்டு வருகிறார்கள்? சில சாமான்களை வாங்கிவந்து அக்கம் பக்கத்தில் இருப்பவர்களுக்குப் பெருமையாகக் கொடுக்க காசு தண்டமாகத்தானே போகும்?'

கோபாலின் அம்மா பிறந்ததில் இருந்தே வீடு மட்டும்தான் அவர் அறிந்தது. சமைக்க, துவைக்க, சுத்தம் செய்ய, பிள்ளைகளை வளர்க்க என மொத்த உலகமும் இதைச் சுற்றித்தான்.

இப்போதுதான் வேலைகளைப் பகிர மருமகள் வந்திருக்கிறாள். எனினும் அவருக்கான வேலைகள் இருந்துகொண்டே இருந்தன.

இன்னமும்கூட அவருக்கான தேவை என்ன என்பதுகூடத் தெரியவில்லை. கோயில் கோயிலாகச் சென்றால் நல்லது நடக்கும் என்பதால் மட்டுமே அதை அத்தனை தீவிரமாகக் கையில் எடுத்துக்கொண்டு அல்லாடுகிறார்.

எந்தத் தெய்வத்திற்குக் கேட்கும்... எது கண் கொண்டு பார்க்கும்... எனச் சதா தேடிக்கொண்டே இருக்கிறார்.

அம்மாவைச் சமாதானப்படுத்தும் நோக்கோடு டீக்கடைக்காரரிடம் விசாரித்து வருவதாக கோபால் சொன்னான். காது கேட்காதது போல அமர்ந்திருந்தார் அம்மா.

வயதானாலே காசி, ராமேஸ்வரம் என ஒரு கூட்டம் செல்கிறது. திருப்பதி போய் இரண்டு வருடங்கள் இருக்கும். போன வருடம் சமயபுரம், ஸ்ரீரங்கம், கும்பகோணம், சிதம்பரம் என ஐந்து நாட்கள் சுற்றுலா சென்றனர். சரி... இந்த வருடக் கணக்குக்கு சீரடி என திட்டமிட்டிருந்தார் அவர்.

மனம் பொசுங்கிப் போய்க் கிடந்தது அம்மாவுக்கு. 'யாருக்காக கோயிலுக்குச் செல்கிறோம், பிள்ளைகளுக்காகவும் அடுத்து வரும் சந்ததியினருக்காகவும்தானே! இப்படிக் கொஞ்சம்கூட யோசிக்காமல் பேசுகிறாளே... தங்கத் தோடு மட்டும் முக்கியமோ? யார் காசில் போக முடியும்? பெற்று வளர்த்த மகன் இதுகூடச் செய்யக் கூடாதா? அந்த அருகதைகூடத் தங்களுக்கு இல்லையா...' என்றெல்லாம் மனம் பலவாறு சிந்தித்தது.

'பேசாமல் நாலு வீட்டுக்கு வீட்டு வேலைக்குச் சென்றால் என்ன... அதில் இருந்து கிடைக்கும் வருவாயில் ஆன்மிகச் சுற்றுலா செல்லலாமே' எனவும் ஓடியது சிந்தனை. கோபால் வரவும் இதைப் பற்றிப் பேசலாம் என உட்கார்ந்திருந்தார் அம்மா.

மாமனார் எந்த ஒரு தொந்தரவும் தரத் தெரியாத ஜீவன். என்ன இருக்கிறதோ அதைச் சாப்பிடுவார். எந்த ஒரு குறையும் சொல்லாமல் உண்ணுவார். விழித்திருக்கும் நேரம் ஒத்தாசையாக ஏதேனும் வேலை பார்த்துக்கொண்டே இருப்பார். இதுவரை அது வேணும், இது வேணும் எனக் கேட்டதில்லை. மாமியார் இழுத்துக் கொண்டே போனால் பின்னாலேயே கோயில்களுக்குப் போவார். அவர் ஓய்வு பெற்றவுடன் வந்த மொத்தப் பணத்தில்தான் மகளின்

திருமணத்துக்கு என வாங்கிய கடனை அடைத்திருந்தனர். அதன் பின் மாத வருமானம் அறுபட்டு போயிருந்தது. மகன் மாதந்தோறும் தரும் ஐநூறு ரூபாயைப் பத்திரமாக வைத்துக்கொள்வார். அரிதாகத்தான் அதை மாற்றிச் செலவு செய்வது நடக்கும். மகள் வயிற்றுப் பேரன் பேத்தி வந்தால் சில்லறை மாற்றி ஆளுக்கு நூறு ருபாய் கொடுப்பார். அவருக்கென தனி ட்ரங்கு பெட்டி ஒன்று இருந்தது. அவரின் மனைவிக்கு இவர் செலவு பெரியதாகச் செய்யாமல் சேர்த்து வைக்கிறார் எனத் தெரியும். மொத்தமாகச் சேரட்டும் என விட்டு வைத்திருக்கிறார்.

அவருக்கு அறுபத்தி ஏழு வயதாகிறது. வேறு இடத்தில் வேலைக்கு முயற்சித்து, சம்பளம் மிகக் குறைவு என்பதால் கோபால் வேண்டாம் என உறுதியாகச் சொல்லிவிட்டான். அது போக கணவன் மனைவி இருவருமே வேலைக்குச் செல்வதால் தந்தை வீட்டில் இருக்கட்டும் எனவும் சொன்னான்.

வீடு மூச்சு முட்ட ஆரம்பிக்கிறது. கோயில், குளம் என வேறு பிரதேசங்களுக்குப் போகும்போது பாரம் அத்தனையும் இழந்து மனம் இறகாகிறது. திருமணமாகி முப்பத்தைந்து வருடங்களில் உள்ளூர் மீனாட்சி அம்மன் கோயில், மடப்புரம் காளி கோயில், திருப்பரங்குன்றம், அழகர் கோயில் தவிர வேறெங்கும் சென்றதில்லை கோபாலின் அம்மா. மகளை மணம் செய்து கொடுத்த காரணத்தால் உச்சிப்பிள்ளையாரையும் சமயபுரம் மாரியம்மனையும் பார்த்திருக்கிறார். இரு பிள்ளைகளுக்கும் திருமணம் நடந்துவிட்டது. இனி புண்ணியம் தேடி கோயில் கோயிலாகச் செல்லலாம் என அவர் தனக்குள் வகுத்துக் கொண்டார். ஐந்து வருடங்களாகக் கருத்தரிக்காமல் இருக்கும் மருமகளுக்காகவே கோயிலுக்குச் செல்ல வேண்டும் என்கிறார்.

கோயில்களின் சிற்பங்களோ பிரகாரமோ அவரை ஈர்ப்பதில்லை. வரிசையில் நின்று முட்டி மோதி நேராகக் கருவறையில் வீற்று இருக்கும் கடவுளைக் கண் கொண்டு பார்க்க வேண்டும். அந்தப் பார்வையில் பாவங்கள் அத்தனையும் விலகும் என நம்பினார்.

உள்ளூர் தெய்வங்கள் காத்து ரட்சித்துக்கொண்டிருக்கின்றன. வெளியூர் தெய்வங்களுக்கும் மனு போட்டுவிட்டு வரலாம் என்றுதான் இரண்டு, மூன்று வருடங்களாகச் சென்றுகொண்டிருக்கிறார்.

அதிலும் இதே தெருவில் உள்ள உறவுக்காரர்கள் சிலரும் உடன் வர பேசிக்கொண்டே செல்வதும் பிடித்து இருந்தது. முதலில் கோபாலின் அம்மாவுக்குக்கூடச் சீரடியில் பெரிய ஈர்ப்பு இல்லை. இந்த உறவுக் கூட்டம்தான் பிரமாதமாக இருக்கும் என உசுப்பேற்றி மகனிடம் அனுமதி பெறுமாறு சொன்னது.

குழந்தைகள் சிறுவர்களாக இருக்கும்போது பெற்றோரிடம் எங்கும் செல்வதற்கு அனுமதி பெறுவது பொதுவான வழக்கம். அது அப்படியே திரும்பி, வயதானதும் பிள்ளைகளிடம் அனுமதி பெற வேண்டி இருக்கிறது பெற்றோருக்கு. பொருளாதாரம் என்கிற ஒன்று மட்டும் பூதம் மாதிரி மிரட்டாவிட்டால், வெறும் தகவலாக மட்டும் சொல்லிச் சென்று இருப்பர் இன்று.

பணத்துக்காக ஒருவரைச் சார்ந்திருப்பது அடிமை மனோ பாவத்தை வர வைத்துவிடுகிறது. ஆசைகளைக் குழிதோண்டி புதைக்கச் சொல்கிறது. கோபாலின் அப்பா சமையலறைக்குச் சென்று தேநீர் தயாரித்து அம்மாவுக்கும் ஒரு தம்ளரில் எடுத்துக்கொண்டு வந்தார். அவரின் மற்றொரு கையில் இருந்ததை குடித்தபடியே நீட்டினார். சாலையில் ஒன்றிரண்டு மிதிவண்டிகளும் மோட்டார் வண்டிகளும் சென்றுகொண்டிருந்தன. மகன், மருமகள் பேசியது யார் யாருக்குக் கேட்டிருக்கக்கூடும் என யோசித்தார் கோபாலின் அம்மா. அக்கம்பக்கமிருந்த வீடுகளை நோட்டமிட்ட கண்களில் நீர் நிறைந்திருந்தது.

அவமானப்படுவது பிரச்னையே இல்லை. அதை நாலு பேர் இல்லை... ஒரே ஒருத்தர் பார்த்தால்கூட அசிங்கமாகிவிடுகிறது. ஞாயிற்றுக் கிழமை என்பதால் தொலைக்காட்சி நிகழ்ச்சிகளில் மூழ்கி இருப்பர் என்று நினைப்பு சற்று ஆறுதல் தந்தது.

யாரோ ஒருவரை மணமுடித்து, பிள்ளைகளைப் பெற்று, உண்டு, உடுத்தி என ஒவ்வொரு நாள் வாழ்வதும் என எல்லாமே யாரோ சிலருக்காகத்தானா? இந்தக் கோயிலுக்குச் செல்வதும் கூட அவர்கள் சொல்லாவிட்டால் இவர் மகனிடம் கேட்டும் இருக்க மாட்டாரே. உள்ளூர் சாமிகளிடம் மட்டும் போக்குவரத்து வைத்து இருந்திருப்பாரே...

வெளியே போய்விட்டு உள்ளே வந்த மகன் இருவரும் சீரடி செல்ல உறுதிப்படுத்திவிட்டதாகச் சொல்லி உள்ளே சென்றான். மீதமிருந்த பாலில் காபியைக் கலந்து எழிலரசியை எழுப்பினான்.

அவள் முரண்டுபிடித்தாள். சூடாகக் குடித்து முடித்துவிட்டு கீழே தம்ளரை வைத்தவன், அவளை அள்ளித் தன் மடியில் கிடத்தினான். அவள் தலைமயிரை ஒதுக்கிவிட்டு, நெற்றியில் முத்தமிட்டான். எழிலின் உதடு விரிந்தது.

"சரி, உனக்கு இன்னொரு தங்கத் தோடு எடுக்கலாம். டிவியும் மாத்தலாம்."

அவன் கழுத்தைக் கட்டிக்கொண்டாள்.

"அவங்களும் சீரடி போகட்டும், பார்த்துக்குவோம். கடனை மெதுவா கட்டுவோம். அடுத்து ரெண்டு சீட்டா போடுவோம்."

குமிழி

அஞ்சலி புளியோதரை, கலையரசி தயிர் சாதம், சுபா தக்காளி சோறு, மீனா சர்க்கரைப் பொங்கல் கொண்டுவந்திருந்தனர். மதிய உணவு இடைவேளை முடிய சில நிமிடங்கள் இருந்தன. கவிதாவை இன்னும் காணோம். அவளது அலைபேசியைத் தொடர்புகொண்டால் ஸ்விட்ச் ஆஃப். அடுத்த பாடவேளைக்கான மணி ஒலிக்கவும் பசியோடு வகுப்பைக் கவனிக்க ஆரம்பித்தனர்.

அன்னை மகளிர் கலை மற்றும் அறிவியல் கல்லூரி. ஆங்கில இலக்கியம் இறுதி ஆண்டு மாணவர்களுக்கான வகுப்பறை அது. முப்பது பேர் வரை அமர்ந்திருந்தனர். எதிரே ஆர்வமாக பேராசிரியர் கரும்பலகையில் எழுதியபடி பேசிக்கொண்டிருந்தார். அஞ்சலி, கலையரசி, சுபா, மீனா நான்கு பேரும், ‘கவிதா ஏன் வரவில்லை’ என யோசித்துக்கொண்டிருந்தனர். மாலை மூன்றரைக்கு கல்லூரி முடிந்தது. கவிதாவை எப்படித் தொடர்பு கொள்வது எனத் தெரியாமல் தவித்தனர்.

கல்லூரியில் வகுப்பு முடிந்ததும் மகிழம்பூ மரத்தடிக்கு வந்த நால்வரும் குமரனைவிட்டுப் பிரிந்து வந்த கவிதா பற்றி வெகு நேரம் பேசிக்கொண்டே இருந்தனர். மீனா அவனை அடித்து வெளுக்கும் மனநிலையில் இருந்தாள்.

"குமரனை விட்டுட்டு வந்து மதுரைலதான் இருக்கிறதா சொன்னா. இடம் சொல்லல. ஆரம்பத்திலயே அவன் மேல எனக்கு நல்ல அபிப்ராயம் இல்ல. கல்யாணம் வரைக்கும் போகும்னு கூட நினைக்கல. சொல்லாம கொள்ளாம போயிட்டா. இனி, பேசி என்ன ஆகப் போகுது. அவன் இன்னொரு கல்யாணம் செய்திருப்பான். இவ... குழந்தை வேற பொறக்கப் போவுது, என்ன செய்யப் போறாளோ?"

மீனா சொன்னதை மற்றவர்களும் ஆமோதித்தனர். கவிதாவின் மொபைல் இப்போதும் அணைத்து வைக்கப்பட்டிருந்தது கண்டு துயருற்றனர்.

முதல் வருடம் சேர்ந்த புதிதில் இந்த நால்வரோடு கவிதாவும் சேர்ந்தே நட்பாக இருந்தாள். அவளுக்கு அப்பா கிடையாது. அம்மா அரசுப் பணியில் இருந்தார். தங்கை பத்தாவது படித்துக் கொண்டிருந்தாள்.

கவிதா ஐந்தடியைத் தொட முயற்சிக்கும் உயரம். சுருட்டை முடி. நாற்பது கிலோ எடை, குட்டிக் கண்கள் எனப் பார்ப்பதற்கு எட்டாவது படிக்கும் மாணவியைப் போலத் தோற்றம். ஆனால், அவளின் உடைத் தேர்வு அசத்தும்படி இருக்கும். சாதாரணமாகவே விசேஷமாக உடுத்தி வருவாள். இந்த ஐவர் குழுவும் அவர்களுக்குள்ளாகவே சிரித்துப் பேசி விளையாடிக் கொள்வர். 'ஃபைவ் ஸ்டார்' என்ற பட்டப் பெயரும் இந்த நட்பு வட்டத்துக்கு உண்டு. மாதம் ஒருமுறை வகுப்புக்கு வராமல் திரைப்படத்துக்கு அல்லது விஷால் டி மால் செல்வர். இப்படி மட்டுமே சென்றுகொண்டிருந்த நாட்களில் கவிதா காதலில் விழுந்தாள்.

கல்லூரிக்கு வரும் மினி பஸ்ஸின் நடத்துனர் அவன். பெயர் குமரன். எப்படியோ அவர்களுக்குள் பற்றிக்கொண்டது. ஒருநாள் இவர்கள் போய்ப் பார்த்தபோது, அவன் ஆறடியில் ஓங்குதாங்காக இருந்தான். நல்ல கறுப்பு. தனக்கு இல்லாத உயரம் நிறைய இருக்கிறது எனச் சம்மதம் சொன்னாளோ, என்னவோ தெரியவில்லை. இரண்டாம் வருடம் ஆரம்பித்ததில் இருந்து வாரம் மூன்று நாட்கள் வரை விடுப்பு எடுத்துக்கொண்டு குமரனுடன் சுற்றத் தொடங்கினாள்.

அழகர்கோயிலுக்கும் திருப்பரங்குன்றத்துக்கும் பக்தர்கள் வருகிறார்களோ இல்லையோ, இவர்களின் வருகை வாரந்தவறாமல் இருக்கும். எப்போதாவது பார்க்கும் சினிமாவும் இதில் அடக்கம். ஒருநாள் கல்லூரிக்கு வராவிட்டாலும் அன்று நடந்த சகலத்தையும் இந்த நால்வரிடம் மறுநாள் ஒப்பிப்பாள். சொல்வதில் அவளுக்கு சுகம் என்றால், கேட்பதில் இவர்களுக்குச் சுகம். இப்படிச் சொல்வதற்காகவே குமரனுடன் சுற்றிக்கொண்டிருக்கிறாளோ எனத் தோன்றும்.

காதலர் தினமன்று கவிதாவுக்கு ஒரு கிராம் அளவில் தங்க மோதிரம் பரிசளித்தான். நடுவில் இதயக்குறியுடன் நடு விரலுக்குத் தோதாக இருந்தது. அவள் அவனுக்கு எளிமையான கைக்கடிகாரத்தைப் பரிசளித்தாள். அன்று மாலை வரை இருவரும் வெறுமனே மதுரையில் ஓடுகிற பேருந்துகளில் மனம் போல ஏறிப் பயணம் செய்துகொண்டே இருந்தனர்.

இலக்கில்லாமல் போகும் பேச்சில் யார் யாரோ வந்து போவார்கள். சம்பந்தமே இல்லாதவை ஏகத்துக்கும் இருக்கும். ஆனால், அந்த நேரம் தந்த மகிழ்ச்சியை அவர்களால் அளவிட முடியாது.

காதலில் மூழ்கித் திளைக்கும் காலத்தில் காதலனின் முகத்தைப் பார்த்தால், பெயரைக் கேட்டால் உள்ளே நடக்கிற வேதிவினைகளைச் சரியாக, முழுமையாக இதுவரை யாரும் சொல்லி இருக்கிறார்களோ என்னவோ தெரியவில்லை.

இவள் என்னவள், இவன் என்னவன் என்கிற உரிமைத் தருகிற உணர்வு, பெருமிதம் குறிப்பாக இந்தப் பருவத்தில், தான்தான் இந்த நாட்டுக்கே அதிபதி என்பது மாதிரியானது.

அவனுக்கு என்ன பிடிக்கும் எனவும் அவளுக்கு எதெல்லாம் பிடிக்காது என்பதை இவனும் சொல்லாமலே தெரிந்துகொள்தலில் கிடைக்கும் சுகம் தனி.

காதல் நன்றாக இருந்தது. உலகிலேயே தங்களுக்கு நிகரான சந்தோஷத்துக்கு உரியவர்கள் யாரும் இல்லை எனக் கர்வம் தந்தது.

மூன்றாவது பருவத் தேர்வு நடந்துகொண்டிருந்தது. தேர்வறைக்கு வெளியே குழுக்களாகவும் தனித்தனியாகவும் மாணவிகள் படித்துக் கொண்டிருந்தனர்.

தீபா நாகராணி

வாய் விட்டுப் படித்துக்கொண்டிருந்த கவிதாவின் கைகளில் இருந்த புத்தகத்தைப் பார்த்து சந்தேகம் வந்தது மீனாவுக்கு.

"என்னடி இந்த புக் வச்சு என்ன செய்திட்டு இருக்க?"

"ம்ம்ம்... விளையாடறேன். ஆளப் பாரு, எக்ஸாம்க்கு படிச்சிட்டு இருக்கேன்"

"லூசு இன்னும் நாலு நாள் கழிச்சுதான் இதுக்கு வேலை. இன்னைக்கு இந்த புக், படிச்சுத் தொலை..."

கவிதாவின் அன்றாடத்தில் அவன் நினைவற்ற நிமிடங்கள் அறவே இல்லாமல் போனது. சிந்தையை முழுக்க ஆக்கிரமித்து இருந்தான். ஒரு நாள் பாராமல் இருந்தால் ஓராண்டு பிரிந்த உணர்வு. அவன் அண்மை மட்டும் போதும்... வேறொன்றும் ஜீவிக்கத் தேவையில்லை.

வெகு சுமாரானத் தோற்றம்தான் குமரன். அவனைப் பிடித்துவிட்டதால் அவனுக்கு சமம் எவனுமில்லை என்கிற எண்ணம் காணும் பிற ஆண்களை மட்டமாக எண்ண வைத்தது கவிதாவை. தப்பித் தவறி யாரோ ஒருவன் முகம் பளிச்செனத் தெரிந்து அதை ரசித்த நொடியில் தன் தலையில் கொட்டிக் கொள்வாள் குமரனுக்கு செய்யும் துரோகம் இது என.

'அவனது குடும்பப் பின்னணி எதுவும் தெரிந்து வைத்திருக்காளா, இவளை அவன் வைத்துப் பார்க்கும் அளவு சம்பாதிக்கும் திறன் இருக்கிறதா' என மீனா ஒரு நாள் கேட்டாள்.

"இதை எல்லாம் நோண்டி நொங்கெடுத்துப் பார்க்க நானென்ன ஏவாரமா செய்யப் போறேன்?" எனச் சொல்லி சிரித்தாள்.

பருவத்தில் எல்லோரும் படிக்கிறார்கள். விளையாடுகிறார்கள். தேர்வு எழுதுகிறார்கள். அதே மாதிரி எதிர் பாலின ஈர்ப்பும் நடக்கும். பலரும் காதலின் பாதையில் நடந்தே வெளியேற வேண்டியுள்ளது.

"லவ் எல்லாம் சரிடி. ஆனா, கல்யாணம் ரெண்டு பேரும் சுயமா சம்பாதிக்கிற அளவில இருக்கணும் மொதல்ல. அடுத்து ஒரு வேலைக்குப் போறதுக்கான தகுதியை வளர்த்துக்கணும். பட்டமோ பட்டயமோ ஒரு சர்டிஃபிகேட் கைல இருக்கணும். வீட்டில முடிஞ்ச அளவு இணக்கமாகப் பேசிப் பாருங்க. ஒத்துக்காட்டி கொஞ்சம் காலமும் கொடுக்கலாம். அந்த நேரத்தில ரெண்டு பேரும் கூடுதலா

ஒருத்தரைப் பத்தி ஒருத்தர் தெரிஞ்சுக்கலாம். ஏதாவது தப்பு நடந்தா அவங்கவங்க பக்கம் அவங்கவங்க வீட்டுக்காரங்களே தட்டிக் கேக்கணும். அதுக்காகவாவது பெத்தவங்க சம்மதம் வாங்குறது நல்லது."

காபி குடித்து முடித்த வாயோடு சொன்ன மீனாவை இளக்காரமாகப் பார்த்தாள் கவிதா.

இரண்டாம் வருடம் முடியப் போகும் பருவம். சந்தோஷமாக போய்க்கொண்டிருந்தன நாட்கள். மீனாவும் குமரனும் மாசி வீதிகளைச் சுற்றிக்கொண்டிருந்தனர். பசிக்கிறது என கவிதா சொன்ன நிமிடத்தில் சிம்மக்கல்லில் ஆசீர்வாதம் வடைக் கடைக்கு இழுத்துச் சென்றான். உள்ளே கிரைண்டரில் உளுந்து ஓடிக்கொண்டிருந்தது. முன்னால் தட்டிப் போட்டு வெந்து எண்ணெய் வடியக் காத்திருந்தன வடைகள். பொசுக்கப் பொசுக்க ஆளுக்கு இரண்டு உளுந்த வடைகளைச் சாப்பிட்டு, சற்றுத் தள்ளி இருந்த கடையில் தேநீர் குடித்ததும் பசி பறந்துவிட்டது. அவளின் தோழிகளுக்கு பார்சல் கட்டித் தரச்சொல்லி அன்று மாலை இதற்காக மெனக்கெட்டு கல்லூரிக்குச் சென்று வடைகளைக் கொடுத்தாள்.

குமரனுடன் வடை சாப்பிட்டுக்கொண்டிருந்ததை ஓர் உறவினர் வீட்டில் போட்டுக்கொடுக்க மாட்டிக்கொண்டாள் கவிதா. அதன் பின் கடுங்காவல் பாதுகாப்பு. போன்கூட பேச முடியவில்லை. அவதி அவதியாகச் சொந்தத்துக்குள் மாப்பிள்ளை பார்த்து திருமணத் தேதியை வீட்டில் முடிவு செய்தனர்.

அவளின் காதலன் ஐந்து ரவுடிகளை அழைத்து வந்து சத்தம் போட்டு கலாட்டா செய்து, கவிதாவை இழுத்துக்கொண்டு போனான் எனத் திருமணம் நடக்கவிருந்த அடுத்த நாள்தான் தெரிய வந்தது ஊருக்கு.

பதிவுத் திருமணம் செய்துகொண்ட கையோடு கொடைக்கானலுக்குச் சென்றனர் தம்பதியர். அங்கு இருந்த குமரனின் தூரத்து உறவுக்காரர் ஒருவர் உதவியோடு வீடு பார்த்து குடியேறினர். அடுப்பு, சமைக்கப் பாத்திரங்கள், மளிகைப் பொருட்கள், கொஞ்சம் துணிமணிகள் வாங்கி வைத்துவிட்டு குமரனின் நண்பர்கள் புறப்பட்டனர். இந்தத் தகவலை அடுத்த நாள் மீனாவோடு தொடர்புகொண்டு போனில் பேசிய கவிதா சொன்னாள்.

வாரம் ஒருமுறை கவிதா பேசிக்கொண்டிருந்தாள். மீனாதான் படிப்பை இடையில் நிறுத்திவிட்டுச் சென்றதற்கு ஏசினாள். ஒரு பட்டம் எனக் கையில் வைத்துக்கொண்டு திருமணம் செய்திருக்கலாம் என அடிக்கடி சொன்னதால், அவளுக்கு அழைப்பதையும் கவிதா குறைத்துக்கொண்டாள்.

அடுத்த மாதமே கரு தரித்தாள். அங்கிருந்த மருத்துவரின் ஆலோசனைப்படி நடந்துகொண்டாள்.

இருவர் வீட்டிலும் இஷ்டமில்லை. அவன் நண்பர்கள் ஆர்வத்தோடு, 'நல்லது செய்யப் போகிறோம்' எனச் செய்து முடித்ததோடு அவரவர் பணியைப் பார்க்க சென்றுவிட்டனர். முதல் ஒரு மாதம் பகல் இரவு தெரியாமல் பறந்தது. திகட்டத் திகட்டப் பேசி, ஒருவருடன் ஒருவர் கலந்து, கரைந்து காணாமல் போய் என பரவசமாகப் போயின நாட்கள். இருந்த பணம் செலவானதும் வேலைக்கு என குமரன் போகத் தொடங்கி சில நாட்கள் இயல்பாகத்தான் இருந்தான்.

நான்கு மேஜைகள் இருபது நாற்காலிகள் வரை இருந்த உணவகத்தில் சப்ளையர் வேலை. வேறு வேலை கிடைக்கும் வரை இதைப் பார்க்கலாம் எனக் கவிதாதான் சொன்னாள். அவன் வீட்டுக்குப் பேச முயற்சித்து ஒருவரும் பேசவில்லை. அவனின் பெரியம்மா, அத்தை எல்லாம் சகட்டுமேனிக்கு திட்டிவிட்டனர். முன்னால் இருக்கிற அக்காவைப் பற்றி யோசிக்காமல் ஓடிப்போனவன் எனச் சித்தப்பா வைதார். பெரிய தப்பு செய்ததைப் போல மனசெல்லாம் வலி. கவிதாவிடம் சொன்னால், 'நீ ஏன் பேசுற, நானென்ன எங்க வீட்டுக்குப் பேசிட்டு இருக்கேனா' என்கிற ரீதியில் சொல்வாள் என அவனே யூகித்து, சொல்லவில்லை. அம்மாவின் முகத்தைப் பார்க்க ஆசையாக இருந்தது. ஒருநாள் நேரிலே வீட்டுக்குப் போய் சமாதனப்படுத்தப் போனான். வெளியே வந்த அப்பா அவன் உள்ளே வந்தால் தான் வீட்டைவிட்டு வெளியேறிவிடுவதாக மிரட்டினார்.

இருபத்தி மூன்று வயது குமரனுக்கு. அவசரப்பட்டு விட்டோமோ என்கிற எண்ணம். எப்படிக் கண்ணைக் கட்டிவிட்டதுபோல இதை எல்லாம் மறந்து போனோம் என்கிற வருத்தம். பத்துக்கு மேல் படிப்பு வரவில்லை. பக்கத்தில் இருந்த மெக்கானிக் கடைக்குப் போய்க்கொண்டிருந்தான். ஓரளவு கற்றுத் தேர்ந்த நிலையில் இந்த மினி பஸ் நடத்துனர் வேலை சென்ற வருடம் கிடைத்தது. கிடைத்த

வருமானத்தில் அக்காவின் கல்யாணத்துக்கு உதவ வேண்டும் என்கிற முனைப்புதான் ஆரம்பத்தில் பிரதானமாக இருந்தது. அவனின் பெற்றோர் வீட்டோடு சேர்த்து சின்ன பலசரக்குக் கடை வைத்திருந்தனர். அதில் கிடைக்கும் வருமானம் செலவுக்குச் சரியாக இருந்தது. கவிதாவைத் திருமணம் செய்துகொள்ளும் போது, 'நான் இந்த வீட்டில் பிறக்காவிட்டால் எப்படி அக்காவைத் திருமணம் செய்து வைப்பார்களோ அப்படி நடத்தட்டும்' என நண்பன் ஒருவனிடம் சொன்னது நினைவுக்கு வந்தது.

கவிதா... வயிற்றில் வளரும் குழந்தை... இருவரையும் தன் குடும்பத்திடம் இருந்து பிரிக்க வந்தவர்களாகப் பாவிக்கத் தொடங்கினான். சொல்லப் போனால் அவள் முகத்தைப் பார்க்கவே இப்போதெல்லாம் பிடிக்கவில்லை.

அவனையே அவனுக்குப் பிடிக்காமல் போனது. தினக் கூலி. வாங்கிய பணத்தில் முதல் நாள் குடித்த மது, தற்காலிகமாக அவனது கவலையை மறக்கச் செய்தது. அடுத்து என்ன செய்யப் போகிறோம் என்கிற எந்த ஒரு யோசனையும் உதிக்கவில்லை.

ஐந்து மாதங்கள் கடக்க இருந்த நிலையில் கவிதாவின் உடல் பருமன் அதிகரித்துக்கொண்டே இருந்தது. இருந்த உடுப்புகள் அணியத் தோதாக இல்லை.

இரவில் குடிப்பவன் இப்போது பகல் பொழுதிலும் குடிக்கிறான். வீட்டில் இருந்தாலே குடி. கவிதாவால் எதிர்த்துப் பேச முடியவில்லை. அவள் வாயைத் திறந்தாலே இவனுக்குப் பிடிக்கவில்லை. அடுத்த மாதம் நெருங்கிக்கொண்டிருந்தது. மருத்துவமனைக்குச் செல்லும் வழக்கமான செக்அப்புக்குப் போக பணம் இல்லை. வீட்டு வாடகை இரண்டு மாதமாகக் கொடுக்காமல் இருக்கிறது என வீட்டுக்குச் சொந்தக்காரர் தினமும் கேட்டுக் கொண்டே இருக்கிறார்.

இவள் சாப்பிட்டாளா இல்லையா, உடம்பு எப்படி இருக்கிறது என்பது பற்றி ஒரு கேள்வி இல்லை. போதை தெளிந்ததும் கையிலிருக்கிற பத்து, இருபது ரூபாய்த் தாள்கள் சிலவற்றைக் கொடுத்து வீட்டுக்குத் தேவையானவற்றை வாங்கிக்கொள்ளச் சொல்வான். இவள் எதிர்த்து ஒரு சொல் சொன்னால் போச்சு.

ஒரு நாள் காலை... கட்டுப்படுத்த முடியாமல் இவள் வாந்தி எடுத்து அதைச் சுத்தப்படுத்த முடியாமல் அசந்து போய்

இருந்த நேரம். வீட்டிற்குள் நுழைந்தவன் செம போதை. கையில் வைத்திருந்த வறுத்த கோழியைத் தரையில் வைத்துவிட்டு உறங்கச் சென்றான். என்ன ஏது என ஒரு விசாரிப்பு இல்லை.

வாழ்க்கையை நினைத்து முதன்முறையாக பயமாக இருந்தது கவிதாவுக்கு. காதலித்துத் திருமணம் முடித்த சிலரின் வெற்றி வாழ்க்கைக் கொடுத்த தைரியத்தில் அவசரப்பட்டுத் தானும் இறங்கி விட்டோமோ என அவ்வப்போது குழம்ப ஆரம்பித்தாள்.

மாலை ஐந்து மணிக்கு எழுந்து குளித்து, சுத்தமான ஆடையை உடுத்திக் கிளம்பினான்.

“நில்லு.”

“.....”

“என்ன ஏன் கட்டிட்டு வந்த?”

“நீ ஏன் எங்கூட வந்த?”

“நீ குடிப்பன்னு தெரியாது, அதுவும் நெதமும்.”

“உன்னைக் கட்டினதாலதான் தெனம் குடிக்கறேன். எங்க அம்மா, அப்பா, அக்கா மூஞ்சியப் பார்த்து ஆறு மாசம் ஆச்சுடி. போன் பண்ணா பேச மாட்டேன்ட்றாங்க. எதிர்ல போய் நின்னா கதவை அடைக்கிறாங்க, உள்ள எம்புட்டு ரணம் தெரியுமா?”

“நான் நெதம் எங்க வீட்டுக்குப் போய், வந்திட்டு இருக்கேன் பாரு. உம் புள்ளை உள்ள வளருதுன்னு அக்கறை கொஞ்சமாச்சும் இருக்கா? டாக்டர்கிட்ட, வீட்டுக்காரவங்ககிட்ட நான் என்ன சொல்லுவேன்னு யோசிச்சியா?”

“ஷ்ஷ்ஷ்... இம்புட்டு தொயரத்தையும் சுமக்கணும்னு முன்னமே தெரிஞ்சு இருந்தா அன்னைக்கே எளவு உன்னை இழுத்திட்டு வந்திருக்க மாட்டேன்டி.”

பதிலுக்கு எதுவும் பேசாமல் வீட்டுக்கு வெளியே போய் உட்கார்ந்தாள் கவிதா.

எதிர்ப்பு தெரிவிக்கப்படுவதாலே குறுகுறு உணர்வு தந்த களிப்போடு காதலித்தது, தீவிரத்தோடு அதற்கு உண்மையாக இருந்ததைத் தவிர தான் என்ன தவறு செய்தோம் என்பது கவிதாவுக்குப் புரியவில்லை. இவனோடுதான் வாழ்க்கை என

வீட்டைவிட்டு வந்தது எல்லாம் தவறு என்கிற குரல் உள்ளே ஓங்கி ஒலித்தது.

கவி, கவி என வார்த்தைக்கு வார்த்தை உருகி அவன் பேசிய சர்க்கரைப் பேச்சுகள் அத்தனைக்கும் அல்ப ஆயுசு என்பது தெரிய வருகிற இந்த நிமிடம் கிடைக்கிற ஞான உதயத்தால் எந்தப் பிரயோஜனமும் இல்லை. தனது வயிற்றைத் தடவிக்கொண்டாள். மீனா போன முறை பேசியபோதுகூடச் சொன்னாள், கவிதாவின் அம்மா 'கருவைக் கலைத்துவிட்டு எப்போது வேண்டுமானாலும் அவளின் வீட்டுக்கு வரட்டும்' என்று சொன்னதாக. தான் செய்த முட்டாள்தனத்தால், இந்த சிசுவை ஏன் தண்டிக்க வேண்டும்?

கவிதா பாவம்... எப்படி எல்லாம் கிறுக்குத்தனமாக இருந்திருக்கிறோம் எனத் தன்னையே நொந்துகொண்டாள். படபடவென அந்தந்த நேரம் தருகிற களிப்புக்காகச் செய்கிற அரைவேக்காட்டுத்தனத்துக்குக் கொடுக்கிற விலை விவரிக்க முடியாதது.

அந்தந்த நாளின் மனநிலைக்கும் அந்தந்த நேரத்துத் தேவைக்கும் மட்டுமே காட்டப்படும் அன்பு மகா அசிங்கம்.

இவன்தான் வாழ்க்கை என்பது இனி அபத்தம்.

இதற்கு மேலும் தாங்கிக்கொண்டு இங்கிருக்க தான் பைத்தியமில்லை என எண்ணிக்கொண்டாள். இதற்கு மேலும் மரியாதை கெட்டு கேவலமாக ஒரு பிரிவு தேவையா? அந்த அசிங்கத்தை அவள் விரும்பவில்லை. அவன் கிளம்பியதும் கையில் இருந்த ஒரு சில நூறுரூபாய்களை எடுத்துக்கொண்டாள். மதுரைக்கு வர இரவு மணி ஒன்பதாகிவிட்டது. முன்னர் எப்போதோ பார்த்திருந்த தெரசா ஆதரவற்றோர் மையத்துக்குப் போகச் சொல்லி ஆட்டோவை அமர்த்தினாள். அங்கே தன்னை அறிமுகப்படுத்திக்கொண்டு விண்ணப்பத்தை நிரப்பினாள். எப்போதோ தைத்துப் பழகிய தையல் வேலையை முறையாகச் செய்யப் பழக ஆரம்பித்தாள். அவர்கள் இவளைப் பரிவோடு நடத்தினர். நான்கு மாதங்கள் தோழிகளுடன் தொடர்பில் இல்லை. குமரன் தேடிய மாதிரியும் தெரியவில்லை.

பெண்கள் மையத்தில் இருந்த கவிதாவுக்கு ஒன்பதாவது மாதம். மீனாவுக்கு போன் செய்து நால்வரையும் அடுத்த நாள் கலவை சாதம் கொண்டு வரும்படி சொன்னாள். இன்று மதிய

உணவு இடைவேளையில் கல்லூரிக்கு வருவதாகவும், கண்ணாடி வளையல்கள் போட்டுக்கொண்டு விதவிதமான சோறு சாப்பிட ஏக்கமாக இருக்கிறது என்று சொன்னதாலேயே, இவர்களும் அவள் சொன்ன பிரகாரம் கொண்டுவந்திருந்தனர்.

வீட்டில் எழுதிக் கொண்டிருந்த மீனாவின் மொபைல் ஒலித்தது. கவிதா... பச்சையை மேலே இழுத்துவிட்டு காதில் வைத்தாள்.

"சொன்ன மாதிரி வர முடியலடி. காலேஜ்க்கு வர்ற வழில இடுப்பு வலி தாங்க முடியல, ஜிஹெச்-க்கு வந்திட்டேன். பொண்ணு பொறந்திருக்கா. சுகப்பிரசவம்தான்... போன் சார்ஜ் இல்லாம ஆஃப் ஆயிருந்துச்சு, அதான் படக்குன்னு உங்க யாரையும் கூப்பிட முடியல."

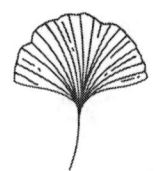

வாழ்க்கை யார் பக்கம்?

திரும்பவும் வாட்ஸப்பில் சண்முகம் அனுப்பிய தகவலை வாசித்தாள் சாரதா.

“இந்தத் திருமணத்தில் எனக்கு எள்ளளவும் விருப்பமில்லை. ஆட்குறைப்பு காரணமாக வங்கியிலிருந்து என்னை வேலையைவிட்டுத் தூக்கி ஒரு மாதமாகப் போகிறது. உங்க வீட்டுக்குச் சொல்லவில்லை. போக, எனக்கு சுத்தமாக உன்னைப் பிடிக்கவில்லை. நீ அத்தான் எனச் சொல்வது அதைவிடப் பிடிக்கவில்லை. என் வீட்டில் இதைச் சொன்னால், எனக்குத்தான் திட்டு விழுகிறது. நீ வேலைக்குப் போவதால் உன்னை பொக்கிஷமாகப் பார்க்கிறார்கள். ஒருவேளை மீறித் திருமணம் நடந்தால், உறுதியாகச் சொல்கிறேன்... அது ஊராருக்கான நாடகமாக மட்டுமே இருக்கும். பூ வைப்பது மட்டும்தானே முடிந்திருக்கிறது? இதிலிருந்து என்னைக் காப்பாற்றுவதன் மூலம் நீயும் தப்பிக்கலாம். இனி உன் சாமர்த்தியம்.”

பத்து முறையாவது வாசித்து இருப்பாள். ஒரு துளி கண்ணீரும் வரவில்லை. யார் இந்த சண்முகம்? அவளுக்கு ஏழாவதாகப் பார்க்கப்பட்ட மாப்பிள்ளை. சோழவந்தானைச் சேர்ந்தவன். என்னவோ தனியார்

வங்கியில் வேலை செய்கிறான். அவன் முகம் நாம் அன்றாடம் பார்க்கும் முகங்களில் ஒன்றாக இருக்கும். ஆனால், அவன் உடுத்தும் சட்டையும் செருப்பும் அவன் வேற மாதிரி என்பது போல விலை உயர்ந்தவையாக இருக்கும். அவனது வீட்டில் மூன்று தங்கைகள். இருவருக்கு மணமாகிவிட்டது. மூன்றாவது ஒருத்தி பள்ளிக்கூடத்தில் படித்துக்கொண்டிருந்தாள். அவனுக்கு வருகிற ஆவணியோடு முப்பது வயது முடிகிறது. இருக்கும் இருபதுக்கு பத்து வீடு சொந்தம்தான். மகனுக்குத் திருமணமானால் போதாது என மாடியில் ஓர் அறையை எடுத்திருந்தனர், அவனைப் பெற்றவர்கள். மூன்று சகோதரிகள் என்கிற ஒற்றைக் காரணத்துக்காகவே பல சம்பந்தங்கள் வந்த வேகத்தில் ஓடின. சீர் செனத்தி செய்து மாளாது என்பதே பிரதான காரணம்.

சாரதாவுக்கு அப்பா கிடையாது. அம்மா வீட்டில் தையல் வேலை செய்கிறார். கச்சிதமாகத் தைப்பதில் கில்லாடி. தங்கை பாத்திமா கல்லூரியில் இறுதியாண்டு படிக்கிறாள். சாரதாவுக்கு மேலமாசி வீதியில் உள்ள பிரபல நகை அடகுக் கடை அலுவலகத்தில் கணக்கு எழுதும் வேலை. கையில் வாங்குவது இருபத்தைந்தாயிரம் சம்பளம். கார்த்திகை வந்தால் வயது இருபத்தேழு முடிகிறது. நன்கு படிக்கக்கூடியவள். திறமைசாலி. தன் உழைப்பின் மூலம் தேடிய வேலை. சிறப்பாகவே போய்க்கொண்டிருந்தன நாட்கள். இப்படியே எத்தனை நாள் இருக்க முடியும்? அடுத்தது தங்கை இருக்கிறாள் எனச் சாரதாவைத் திருமணத்துக்குச் சம்மதிக்க வைத்தாள் அவளின் அம்மா. சாரதா சராசரி உயரம், மாநிறம், சற்று முன்பல் துருத்திக்கொண்டு இருக்கும். சிலர் பார்த்து வேண்டாம் எனச் சொல்ல சண்முகம் வீட்டிலிருந்து பார்க்க வந்தவர்கள் உடனே சம்மதம் சொன்னார்கள். அவர்களை வழியனுப்பிவிட்டு வந்த தரகர் சாரதாவின் அம்மாவிடம் கமிஷன் தொகையில் ஒரு பங்கை கையோடு வாங்கிச் சென்றார். அம்மாவுக்கு அவனைப் பிடித்திருந்தது. தரகர் சொன்னதை வைத்து அமைதியான குடும்பம், நல்ல பையன், இன்னும் ஒரே ஒரு தங்கைதான் இருக்கிறாள், அவளுக்கு மட்டும் திருமணம் செய்து வைக்கும் பொறுப்பு மட்டுமே இருக்கிறது என நினைத்தார். அவனின் அப்பாவும் முன்னாள் ராணுவ வீரர் என்பதால், அந்த ஓய்வு ஊதியம் பெற்றோருக்குப் போதுமானது என்றெல்லாம் கணக்குப் போட்டார்.

பெண் பார்க்க வந்த தினத்தில் அவனது முகத்தைக்கூட

சாரதா சரியாகப் பார்க்கவில்லை. அடுத்த இரண்டே வாரத்தில் சண்முகத்தின் சகோதரிகள் வந்து பூ வைத்து விட்டுப் போகும் நிகழ்ச்சியும் பக்கத்தில் இருந்த மண்டபத்தில் சிறப்பாக நடந்தது. இது வரை இவளது எண்ணுக்கு அழைக்காத பேசாத மாப்பிள்ளையை எண்ணி வாய்க்கு வாய் மெச்சிக்கொண்டிருந்தார் சாரதாவின் அம்மா. பூ வைக்கும் நாளில்தான் அவனின் சகோதரியிடம் அவனது வாட்ஸப் எண்ணைக் கேட்டுப் பெற்றாள். எப்படி அவனை அழைப்பது என அம்மாவிடம்தான் கேட்டாள். அவள் சொல்படி 'அத்தான்' என இரவு வணக்கம் சொன்னாள். இவள் இரண்டு மூன்று வரிகள் அனுப்பிய பின்தான், ஒற்றை எழுத்தில் பதில் வரும்.

நிறைய சங்கோஜப்படுபவன் போல என எண்ணி அவள் பாட்டுக்கு வேலை, வீடு என்று இருந்தாள். இன்னும் ஒன்றரை மாதங்கள் கழித்து திருமணம். அடுத்த வாரத்தில் புதன் கிழமை அன்று முகூர்த்தப் பட்டுச் சேலை எடுக்க ராஜ்மஹாலுக்குச் செல்வதாகத் திட்டம். சண்முகத்தின் அம்மா, அப்பா, சகோதரிகள் என அத்தனை பேரும் இவளிடம் பிரியமாகப் பேசினர். நேரில் சந்திக்கையில் திருமணம் பற்றிய பேச்சை எடுக்கும் சொந்த பந்தங்களிடம் தடுமாறி உள்ளுக்குள் புழுங்கி அலைந்தவளுக்கு சண்முகம் வீட்டினரின் பேச்சு பெரும் மகிழ்ச்சியைக் கொடுத்தது.

ஆனால்... இன்று இவன் அனுப்பிய இந்தத் தகவலை எப்படி, யாரிடம் சொல்வது எனப் புரியவில்லை. சாரதாவின் அம்மா அமைதியாக இருப்பது போல இருப்பார். இது மாதிரி ஏடாகூடமாக நிகழ்ந்தது என்றால் சட்டையைக் கொத்தாகப் பிடித்துக் கேவலமாகப் பேசிவிடுவார். சொல்லாமலும் எப்படி இருப்பது என அவளுக்குப் புரியவில்லை.

அவன் என்னவோ இந்திரன், சந்திரன் வகையறா மாதிரி பேசுகிறான். அவன் குடும்பத்தினருக்காகத்தான் திருமணத்துக்காக ஒப்புக்கொண்டதே. இதில் அவளைப் பிடிக்கவில்லை என்றால் வீட்டில் சொல்லி அவன் பக்கம் இழுக்க முடியாமல் கோழையாக இவளிடம் வந்து சொல்கிறான். இதில் இந்த மன்மதனுக்கு அத்தான் என்று அழைப்பது வேறு கடுப்பாக இருக்கிறதாம். நினைத்த மாத்திரத்தில் இவனை அப்படிச் சொன்ன வாயை மவுத் வாஷ் பயன்படுத்திக் கழுவினாள். இரவு மணி பத்தாகிறது. என்ன செய்யலாம் என்றால் ஒரு திக்கும் புலப்படவில்லை.

தீபா நாகராணி

தூக்கமும் வரவில்லை.

ஆனால், ஒன்று திருமணமான பின் இந்த அழகை சொல்லாமல், இந்த மட்டும் சொன்னானே என ஆறுதல் ஒரு பக்கம் சாரதாவை தட்டிக் கொடுத்தது.

இதுவரை தரகுக் கூலி, பூ வைத்தல் என ஒரு லட்சம் வரை பணம் செலவு செய்யப்பட்டுவிட்டது. சாரதாவின் அம்மா மகள்களின் திருமணத்துக்காகச் சிறுகச் சிறுக சேர்த்து வைத்த பணம் அது. அதிலிருந்து கணிசமான ஒரு தொகை குறைந்துவிட்டது. இது போக ஏன் நின்று போய்விட்டது எனச் சுற்றி இருப்பவர்களுக்கும், உறவுகளுக்கும் விளக்க அறிக்கை கொடுக்க வேண்டும். இதில் ஒன்றைக் கேட்டு, அதையே இன்னொன்றாக மாற்றிச் சொல்லி குதூகலமடையும் வாய்க்கொழுப்பு திறமைசாலிகளின் சொல் வண்ணத்தைத் தாங்கிக்கொள்ள வேண்டும். தான் செய்யாத ஒரு தப்புக்குத் தனக்கு ஏன் தண்டனை எனப் புரியவே இல்லை அவளுக்கு. அதிகாலை நான்கு மணிவரை புரண்டு புரண்டு படுத்தவள் தூங்கவே இல்லை.

மதிய உணவைக் கைப்பையில் வைத்துக்கொண்டு வேலைக்குச் செல்ல வேண்டிய பேருந்து நிறுத்தத்துக்குச் செல்லாமல் நேராகச் சோழவந்தான் செல்லும் பேருந்தில் ஏறி அமர்ந்தாள் சாரதா. சண்முகத்தின் முகவரி கைப்பையில் இருந்தது. வீட்டை விசாரித்து சென்றுகொள்ளலாம் என்ற நம்பிக்கை. அவனோடு முட்டி மோதி, ‘என்னோடு வாழ்’ என்றெல்லாம் வசனம் பேசவோ, கேட்காத பட்சத்தில் சாபமிடவோ அவள் செல்லவில்லை. இதுவரை ஆன இழப்பீட்டுக்கு, உளைச்சலுக்கு பதிலைப் பெறுவது மட்டுமே நோக்கம்.

சண்முகத்தின் தந்தையின் பெயரைச் சொன்னதும் இதுதான் வீடு என எளிதாகச் சொன்னார்கள் ஊர் மக்கள். ஊரில் நல்ல மரியாதை இருப்பது தெரிந்தது. ஒரு சிலர் இவள் கடந்து போன பின் பின்னால் குசுகுசுவென ரகசியமாகப் பேசிக்கொண்டனர்.

வீட்டின் முன்னே பெரிய புன்னை மரம் நின்று இருந்ததுதான் அடையாளம். காரை வீடு. இரண்டு படிக்கட்டுகள் சாலையில் நான்கடியை நீட்டி எடுத்துக்கொண்டு இருந்தன. ஏறி, திறந்திருந்த கதவைத் தட்டினாள். சின்னவள் பள்ளிக்குச் சென்றிருக்க, சண்முகத்தின் அப்பா கீரையை ஆய்ந்தபடி தொலைக்காட்சியைப்

பார்த்துக்கொண்டிருந்தார். அவனின் அம்மா குளியலறையில் இருந்தார். கீரையை அப்படியே போட்டுவிட்டு, "வாம்மா, வாம்மா" எனச் சொல்லியபடி எழுந்து நிலைக்கதவுக்கு அருகே சென்று அழைத்தார். ஒரு பிளாஸ்டிக் நாற்காலியைச் சுட்டிக் காட்டி உட்காரச் சொன்னவர், தொலைக்காட்சியை அணைத்தார். பின்புறமிருந்த குளியலறைப் பக்கம் மருமகள் வந்திருப்பதாகச் சத்தம் கொடுத்துவிட்டு, அவளுக்கு நேரெதிராக இருந்த நாற்காலியில் அமர்ந்தார்.

"அவர் எங்க?"

"மாடிலதான் இருக்கான். லேசா தலைவலி... அதான் இன்னைக்கு லீவு போட்டு இருக்கான் ம்மா."

சொல்லிக்கொண்டே ஒரு செம்பு தண்ணீரைக் கொண்டு வந்து சாரதாவின் கைகளில் கொடுத்தார். வெயிலுக்குத் தண்ணீர் அமிர்தமாக உள்ளே இறங்கியது. குடித்த செம்பைக் கீழே வைத்தாள். இதற்குள் சண்முகத்தின் அம்மாவும் வந்துவிட்டார். அவர் உதடு புன்னகைத்தாலும் முகத்தில் குழப்பம், ஆயிரம் கேள்விகள். 'காபி போட்டுக்கொண்டு வருகிறேன்' எனச் சொன்னவரைத் தடுத்து, 'பேசி முடித்த பின் குடிக்கிறேன்' என வலுக்கட்டாயமாக உட்காரச் சொன்னாள்.

"உங்கப் பையனுக்கு இந்தக் கல்யாணத்தில இஷ்டம் இல்லையா?"

இருவரும் ஒருவர் முகத்தை ஒருவர் பார்த்துக்கொண்டனர்.

"அவனுக்கு அவ்ளோ விவரம் போதாதும்மா."

அவன் அப்பாதான் சொன்னார்.

"எப்படி? இந்தக் கல்யாணத்தில இஷ்டம் இல்லை, உன்னைப் பார்த்தா பிடிக்கல, பேசினாலும் பிடிக்கல... இந்த மாதிரி சொல்ற அளவுக்கு மட்டும் விவரம் இருக்கா?"

"இந்தாரு சாரதா, பொறந்தன்னைக்கு இருந்து பாக்குறேன் எம் புள்ளையை. அவனுக்கு நல்லது, கெட்டது தெரியாது. கொஞ்ச நாள் சென்டா சரியாயிரும். அர்த்தம் கெட்டத்தனமா முரண்டு பிடிப்பான். பெறவு, நம்ம வழிக்கு வந்திருவான்."

"இப்படிப் பரிசோதனை செஞ்சுப் பார்க்க என்னோட வாழ்க்கையை நான் என்னத்துக்குக் கொடுக்கணும்? சொல்லுங்க,

அதுவும் என்னைப் பார்க்கவே பிடிக்காத ஒருத்தருக்கு..."

இருவரும் ஒன்றும் பேசவில்லை. சாரதாவை உற்றுப் பார்த்தனர், அவள் கண்களில் கலக்கம் இல்லை. சில நிமிடங்கள் சென்று இருக்கும். சண்முகத்தின் அம்மா அவன் பெயரைச் சொல்லி மாடியை நோக்கிக் கூப்பிட்டாள். சில நிமிடங்கள் தாமதித்து இறங்கி வந்தான். இப்போதுதான் தூங்கி எழுந்திருப்பான் போல. சாராதவை ஒரு சில நொடிகள் பார்த்துவிட்டு, அருகிலுள்ள சுவரின் பக்கம் பார்க்கலானான். அவன் இதழில் நினைத்தபடி நடந்ததற்கான விஷமப் புன்னகை இருந்தது. அவன் அப்பா சாரதாவிடம் மன்னிப்புக் கேட்கச் சொல்லி அவனிடம் மன்றாடிக் கொண்டிருந்தார். அம்மாவும் ஏதேதோ சொல்லிக்கொண்டே இருந்தார். அவன் வாயைத் திறக்கவில்லை. நல்ல வேளை இந்த ஜென்மத்தைத் திருமணம் செய்துகொள்ளவில்லை என ஒரு நிம்மதி அவளுக்கு. மற்றொரு புறம் ஓங்கி அப்பலாம் என சாரதாவின் கை துறுதுறுத்தது. எழுந்தாள்...

"நீங்க கேட்டுக்கிட்டது மாதிரி கல்யாணத்தை வேணாம்னு சொல்லியாச்சுங்க சண்முகம். பூ வச்ச அன்னைக்குச் செஞ்ச செலவு, தரகருக்குக் கொடுத்ததுன்னு இதுவரை ஒரு லட்சம் கிட்ட செலவாகி இருக்கு. அதை ஒரு மாசத்துக்குள்ள கொண்டு வந்து வீட்டில கொடுத்திடுங்க. இல்லாட்டி கோர்ட்ல சந்திக்க வேண்டியிருக்கும். நாங்க பொம்பளைங்க வம்பாடு பட்டுச் சேர்த்த பணம். அதில கையை வச்சிட்டுப் போனா வெளங்காது."

வெளியேறிய சாரதா செருப்பை மாட்டிக்கொண்டு பேருந்து நிறுத்தத்தை நோக்கி நடந்தாள். அலுவலகத்துக்கு மதியம் வந்து விடுவதாக போனில் சொல்லிக்கொண்டிருந்தாள். அம்மாவைச் சமாளிக்கும் துணிச்சல் வந்திருந்தது.